மாடும் வண்டியும்
(பொருள்சார் பண்பாட்டு ஆய்வு)

முனைவர் த.ஜான்சி பால்ராஜ்

நியூ செஞ்சுரி புக் ஹவுஸ் (பி) லிட்.,
41-பி, சிட்கோ இண்டஸ்டிரியல் எஸ்டேட்,
அம்பத்தூர், சென்னை - 600 050.
☎: 044 - 26251968, 26258410, 48601884

Language: Tamil

Maadum Vandiyum

(Porulsaar Panpaattu Aaivu)

Author : **Dr.T.Jancy Paulraj**

First Edition: July, 2019

Second Edition: March, 2020

Copyright: Author

No.of Pages: 126

Publisher:

New Century Book House Pvt. Ltd.,

41-B, SIDCO Industrial Estate,

Ambattur, Chennai - 600 050.

Tamilnadu State, India.

Email: info@ncbh.in

Online: www.ncbhpublisher.in

ISBN. 978-93-8897-343-4

Code No. A 4169

₹ 130/-

Branches

Ambattur (H.O.) 044 - 26359906, **Spenzer Plaza (Chennai)** 044-28490027 **Trichy** 0431-2700885 **Pudukkottai** 04322- 227773 **Tanjore** 04362-231371 **Tirunelveli** 0462-2323990, 4210990, **Madurai** 0452-2344106, 4374106 **Dindigul** 0451-2432172 **Coimbatore** 0422-2380554 **Erode** 0424-2256667 **Salem** 0427-2450817 **Hosur** 04344-245726 **Krishnagiri** 04343-234387 **Ooty** 0423-2441743 **Vellore** 0416-2234495 **Villupuram** 04146-227800 **Pondicherry** 0413-2280101 **Nagercoil** 04652-234990

மாடும் வண்டியும்

(பொருள்சார் பண்பாட்டு ஆய்வு)

ஆசிரியர் : முனைவர் த.ஜான்சி பால்ராஜ்

முதல் பதிப்பு: ஜுலை, 2019

இரண்டாம் பதிப்பு: மார்ச், 2020

அச்சிட்டோர்: **பாவை பிரிண்டர்ஸ் (பி) லிட்.,**

16 (142), ஜானி ஜான் கான் சாலை, இராயப்பேட்டை, சென்னை - 14

☎: 044-28482441

All rights reserved. No part of this book may be reprinted or reproduced or utilised in any form or by any electronic, mechanical, or other means, now known or hereafter invented, including photocopying and recording, or in any information storage or retrieval system, without permission in writing from the publishers.

எனது எழுத்துலகக் குரு மதிப்பிற்குரிய
ஆ.சிவசுப்பிரமணியன் ஐயா அவர்களுக்கு
இந்நூல் அர்ப்பணம்.

முன்னுரை

தொடக்ககாலத் தொல்லறிவியல் கண்டுபிடிப்புகள் மனிதகுல முன்னேற்றத்திற்குத் துணைபுரிந்துள்ளன. நெருப்பின் பயன்பாட்டை அறிந்து அதைப் பயன்படுத்தத் தொடங்கியது முக்கிய நிகழ்வாக மானிடவியலாளர்களாலும் தொல் வரலாற்றியலர்களாலும் குறிப்பிடப்படுவதை நாம் அனைவரும் அறிவோம். இதனை அடுத்து சக்கரங்களை உருவாக்கி பயன்படுத்தத் தொடங்கியது அமைகிறது. தொல் அறிவியல் குறித்த ஆய்வில் சக்கரங்களைப் புறக்கணித்துவிட முடியாது.

சக்கரங்களின் முக்கியப் பயன்பாடாக அவற்றின் துணையுடன் வண்டிகளை உருவாக்கியது அமைகிறது. இதற்குத் தமிழர்களும் விதிவிலக்கல்ல. நமது பாரம்பரிய போக்குவரத்துக் கருவிகளில் மாட்டு வண்டியின் பயன்பாடு குறிப்பிடத்தக்க ஒன்றாகும்.

உமணர்கள் என்ற பெயரிலான உப்பு வணிகர் குறித்த விரிவான பதிவுகள் சங்க இலக்கியங்களில் இடம்பெற்றுள்ளன. உமணர் வாழ்வுடன் அவர்கள் விற்பனைச் செய்த உப்பு மட்டுமின்றி அதைச் சுமந்துச் சென்ற வண்டிகளும் இணைந்திருந்தன. இடம் பெயரும் வணிகக் குழுவினரான உமணர்களின் வண்டிகளில் விற்பனைக்கான உப்புடன் அவர்கள் குடும்பத்துப் பெண்களும் பயணம் செய்தனர். அப்பெண்களின் வளர்ப்பு பிராணியாக விளங்கிய குரங்கும்கூட பயணித்துள்ளது. கரடுமுரடான காட்டுவழிப் பாதையில் பயணிக்கும் மாட்டுவண்டியின் முக்கிய உறுப்பான அச்சு முறிந்துபோகும் வாய்ப்பிருந்தது. இதனால் பயணம் தடைப்படுவதைத் தவிர்க்கும் வழிமுறையாக சேமஅச்சு என்ற பெயரினாலான உபரி அச்சு ஒன்றையும் உடன் கொண்டு சென்றுள்ளனர்.

நமது மரபிலக்கியங்களில் மன்னனும் அகத்துறை தலைவனும் பயணிக்கும் வாகனமாக 'தேர்' குறிப்பிடப்படுகிறது. இதன் வடிவமைப்பு கோவில் சிற்பங்களில் இடம்பெற்றுள்ளது. திருவாரூர் தியாகராசர் கோவில் வளாகத்தில் கல்லில் செதுக்கப்பட்ட தேர் ஒன்று மனுநீதிச் சோழன் வரலாற்றை நினைவூட்டும் முகமாக நிறுவப்பட்டுள்ளது. வளர்ச்சிப் பெற்ற தேர்த் தொழிற்நுட்பத்திற்கு எடுத்துக்காட்டாக இது அமைந்துள்ளது. ஆனால் உண்மையில்,

சரக்குகளை ஏற்றிச் செல்லும் மாட்டுவண்டியின் அமைப்பிலேயே தொடக்கத்தில் தேர் இருந்துள்ளது என்று கருத இடமுள்ளது. திருவாரூர் மாவட்டம் கொட்டையூர் சிவன் கோவிலின் நுழைவாயிலில் மனுநீதிச் சோழனின் மகன் உயிர்த்தெழும் காட்சி புடைப்புச் சிற்பமாக இடம்பெற்றுள்ளது.

இச்சிற்பத்தில் காணப்படும் தேர், திருவாரூர் தேர் சிற்பத்திலிருந்து முற்றிலும் வேறுபட்டு மாட்டுவண்டியின் அமைப்பிலேயே உள்ளது. இதனை ஒத்த சோழர்கால ஓவியம் ஒன்றை வரலாற்று அறிஞர் செம்பக இலட்சுமியின் ஆங்கில நூல் ஒன்றில் காணமுடிகிறது. இவற்றின் அடிப்படையில் மாட்டுவண்டியின் வளர்ச்சி நிலையாகவே மன்னர்கள் பயன்படுத்திய தேர் இடம்பெற்றுள்ளது என்று கூறமுடியும். இதன் தொழில்நுட்பத்தாலும் பொருட் செலவாலும் மதிப்புமிக்க ஒன்றாக மாறி உயர்ந்தோருக்கு ஒன்றாக தேர் இருந்துள்ளது.

“மாடும் வண்டியும்” என்னும் இந்நூல், பொருள்சார் பண்பாட்டு ஆய்வில் ஒரு மைல்கல் ஆகும். மாட்டு வண்டியின் அமைப்பை இந்நூலைப் படிப்போர் நன்கு புரிந்து கொள்ள வேண்டும் என்பதற்காக இந்நூல் ஆசிரியர் மிகுந்த முயற்சி எடுத்துள்ளார். மாட்டு வண்டியின் அமைப்பு, அதன் உறுப்புக்கள் என்பனவற்றை விளக்கும் வரைபடம் நூலில் இடம்பெற்று இருப்பதே இதற்குச் சான்று.

சரக்குகளைக் கொண்டு செல்லவும் வேளாண் தொழில் பயன்பாட்டிற்காகவும் உருவான சரக்கு வண்டி, தேவைப்படும்போது மனிதர் பயணிக்கும் கூண்டு வண்டியாக மாறுதல் அடைவதில் தொடங்கி ஆடம்பரமான வில்வண்டி, பந்தயத்திற்கான ரேக்ளா வண்டி என நான்கு வகையான வண்டிகளை இவர் அறிமுகம் செய்துள்ளார். பயன்பாடு, பயன்படுத்துவோர் என்பனவற்றிற்கு ஏற்ப வண்டிகளில் செய்யப்படும் தற்காலிக மாறுதல்கள் நிரந்தரமாக வடிவமைப்பில் செய்யப்பட்ட மாறுதல்கள் என்பனவற்றையெல்லாம் வாசகன் அறிந்து கொள்ள வேண்டும் என்பதில் ஆர்வம் காட்டியுள்ளார். நூலில் இடம்பெற்றுள்ள புகைப்படங்கள் அவரது ஆர்வத்திற்குச் சாட்சி பகர்கின்றன.

வண்டி என்ற சடப்பொருளை இயங்கச் செய்யும் மாடுகள் குறித்தும் அவற்றைப் பழக்கும் முறை, உணவளிக்கும் முறை, அவற்றைத் தாக்கும் நோய்கள், அந்நோய் போக்கும் நாட்டார் மருத்துவம் என்பன குறித்தும் பல நுட்பமான செய்திகளை வெளிப்படுத்தியுள்ளார். சூடு போட்டு சில நோய்களை

குணப்படுத்துவதைக் குறிப்பிடும் ஆசிரியர் வரைபடத்தின் துணையுடன் அவற்றை அடையாளப்படுத்தியிருப்பது சிறப்பான ஒன்றாகும்.

வண்டியின் உரிமையாளர், வண்டி ஓட்டுபவர், வண்டியில் திருடும் கள்வர்கள் என்போர் குறித்தும் பல செய்திகளை நாம் அறியச் செய்துள்ளார். மொத்தத்தில் மாடுகள், மாட்டு வண்டிகள் குறித்தப் புரிதலை இன்றையத் தலைமுறைக்கு ஏற்படுத்துவதில் இந்நூல் வெற்றி பெற்றுள்ளது. இதற்கு அடிப்படைக் காரணமாக அமைவது நூலாசிரியரின் களஆய்வுதான். அவர் சேகரித்துள்ள நுட்பமான செய்திகளும் எடுத்துள்ள ஒளிப்படங்களும் களஆய்வில் அவர் கொண்டிருந்த ஈடுபாட்டிற்குச் சான்றுகளாய் அமைந்துள்ளன.

நூலாசிரியரின் களஆய்வு திருநெல்வேலி மாவட்டத்தின் தென்பகுதியில் உள்ள சில ஊர்களில் மட்டுமே நிகழ்ந்துள்ளது. தன் ஆய்வுக் களத்தைத் தேர்வு செய்ததில் அவர் விழிப்புணர்வுடன் செயல்பட்டுள்ளார். தன் ஆசிரிய பணி, குடும்பப் பணி என்ற இரண்டிற்கும் ஊடாக பரந்துபட்டக் களத்தைத் தேர்வு செய்து அதில் களஆய்வு மேற்கொள்வதில் உள்ள நடைமுறை சார்ந்த இடர்பாடுகளை நன்கு புரிந்துகொண்டு தன் ஆய்வுக் களத்தைச் சுருக்கமான எல்லைக்குள் அமைத்துக் கொண்டுள்ளார் என்றே கருதுகிறேன். இந்நூலின் சிறப்பிற்கு இதுவும் ஒரு காரணம்.

நாட்டார் வழக்காற்றியலின் வகைமைகள் ஒவ்வொன்றும் வட்டாரத் தன்மை கொண்டவை. இங்கு வட்டாரம் என்பது மாவட்டம், வட்டம் என்ற அரசின் நிர்வாகப் பிரிவு சார்ந்ததல்ல. பண்பாட்டு ஆய்வில் நிர்வாகப் பிரிவு என்ற வரையறையின் அடிப்படையில் ஆய்வு மேற்கொள்வது சில இடர்பாடுகளையும் ஏற்படுத்தும் தன்மையது. மொழியியல் துறை ஆய்வுக்காக மொழியியல் சார்ந்த வரைபடத்தை உருவாக்கிக் கொள்வது என்ற மரபு உண்டு. இது நிர்வாகப் பிரிவின் அடிப்படையில் உருவாக்கும் வரைபடத்திற்கு மாறானது. நாட்டார் வழக்காற்றியல் ஆய்வுகளிலும் இனவரைவியல் சார்ந்த களத்தைத் தேர்வு செய்து கொள்ளல் அவசியம். அப்போது தான் தனித்துவமான தன்மை கொண்ட வழக்காறுகளைக் கண்டறிந்து அவற்றை அடையாளப்படுத்த முடியும்.

இவ்வகையில் காவிரி பாயும் சமவெளிப் பகுதி, மலைப் பகுதி, கரிசல் நிலப் பகுதி, கடற்கரைப் பகுதி என வெவ்வேறு வகையான

நிலப் பகுதிகளில் இயங்கும் மாட்டுவண்டிகள் குறித்த ஆய்வை மேற்கொள்ள இடமுண்டு. இதற்குத் துணை நிற்கும் தன்மை இந்நூலுக்கு உண்டு.

இந்நூலை வெளியிட்டுள்ள என்.சி.பி.எச். நிறுவனத்தினர் சில ஆண்டுகளுக்கு முன்பு முனைவர் ந.குமாரவேலு எழுதிய 'காங்கேயக் காளை' என்னும் நூலை வெளியிட்டுள்ளனர். "மாடும் வண்டியும்" என்ற இந்நூலைப் போன்று அதுவும் அளவில் சிறியது தான். ஆனால் இந்நூலைப் போன்றே அரியச் செய்திகளை உள்ளடக்கிய நூல்.

நம் நீண்ட வரலாற்றுப் பாரம்பரியம் என்பது, கல்வெட்டுகள், செப்பேடுகள் என்பனவற்றில் மட்டும் பதிவாகவில்லை. மக்களின் வழக்காறுகளிலும் பதிவாகியுள்ளது. இவ்வுண்மையை உணர்ந்து இந்நூலை எழுதியுள்ள திருமதி. ஜான்சி பால்ராஜ் அவர்களுக்கும் இந்நூலை நன்முறையில் வெளியிடுவதில் ஆர்வம் காட்டியுள்ள என்.சி.பி.எச். நிறுவனத்தின் மேலாண்மை இயக்குனர், தோழரும் கவிஞருமான சண்முகம் சரவணன் அவர்களுக்கும் என் பாராட்டுகளைத் தெரிவிப்பதில் பெரும் மகிழ்ச்சியடைகிறேன்.

மதுரை
30-07-2019

ஆ.சிவசுப்பிரமணியன்

வாழ்த்துரை

முனைவர் ஜான்சி பால்ராஜ் எழுதியுள்ள 'மாடும் வண்டியும்' என்ற இந்நூல் களஆய்வின் அடிப்படையில் அமைந்தது. மாட்டு வண்டிகள் பற்றியும் அவற்றின் செய்முறைகள் பற்றியும் அவற்றின் செயல்பாடு பற்றியும் தரவுகளைச் சேகரித்துத் திரட்டித் தரப்பட்ட நூல். வண்டிகள் பற்றிய திணைசார் அறிவு (indigenous knowledge) அல்லது நாட்டார் தொழில்நுட்பம் (folk technology) அல்லது மரபுவழி அறிவியல் (traditional science) பற்றிய நூல் என்றும் கூறலாம்.

திணைசார் அறிவு என்பது தனித்தன்மை வாய்ந்தது; மரபு சார்ந்தது; குறிப்பிட்ட இடம் சார்ந்தது. ஒரு குறிப்பிட்ட புவியியல் பகுதியில் வாழும் ஆண், பெண் இருபாலரின் குறிப்பிட்ட நிலைக் கேற்ப நிலைபெற்று வளர்க்கப்படுகிறது. திணைசார் அறிவின் வளர்ச்சி யானது மானுட வாழ்வின் எல்லா கூறுகளையும் சார்ந்தது. இது படிப்படியாக, மரபுவழியான அனுபவத்தால் சோதனை அடிப் படையில் வளர்த்தெடுக்கப்படுவது. இந்த அறிவு மக்களின் நினைவில் ஆவணப்படுத்தப்படுவது. மானுடச் செயல்பாட்டிலும் வாய்மொழி வழக்காறுகளிலும் நம்பிக்கை, சடங்கு போன்றவற்றிலும் விவசாய முறைகள், கருவிகள், பொருள்சார் பண்பாடு, தாவர வகைமைகள், விலங்குகள் போன்றவை பற்றிய அறிதலிலும் சமூகச் சட்டதிட்டங் களிலும் அந்தந்தப் பகுதி மொழியிலும் திணைசார் அறிவு பாதுகாக்கப் பட்டுப் பரவலாக்கப்படுகிறது. திணைசார் அறிவு பண்பாட்டின் வழியாகக் குறிப்பிட்ட எடுத்துக்காட்டுகள் மூலம் வாய்மொழியாகக் கருத்துப் புலப்படுத்தம் செய்யப்பட்டு ஒருவரோடு ஒருவர் பகிர்ந்து கொள்ளப்படுகிறது.

திணைசார் அறிவு ஒரு குறிப்பிட்ட இடத்தோடு அல்லது பண் பாட்டோடு அல்லது சமூகத்தோடு தொடர்புடையது; இயற்கையில் இயங்கும் தன்மை கொண்டது; இயற்கை ஒழுங்கமைப்புகளோடு நெருக்கமான தொடர்பு கொண்டது; முழுமையானது; மக்களிட மிருந்து பிரிக்க முடியாதது; ஆன்மீகம், பண்பாடு, மொழி ஆகிய வற்றில் வேர் கொண்டுள்ளது. சுருக்கமாகச் சொல்வதானால் இது ஒரு வாழ்க்கை முறை.

மரபுவழி அறிவு உணர்வுபூர்வமானதென்று மக்கள் நம்புகின்றனர். இது மக்கள் வாழ்வோடு ஒன்றிணைந்தது. வட்டாரம் சார்ந்த அறிவாக

இது திகழ்கிறது. ஒரு குறிப்பிட்ட சமூகத்தில் பகிர்ந்து கொள்ளப்படும் அனுபவங்கள், வழக்கங்கள், விழுமியங்கள், மரபுகள், வாழ்க்கை முறைகள், சமூக ஊடாட்டங்கள், கருத்தியல்கள் ஆகியவற்றை இந்த அறிவு அடிப்படையாகக் கொண்டுள்ளது.

கால மாற்றம், பொருளாதார மாற்றம், புதிய கண்டுபிடிப்புகளால் நிகழும் மாற்றம் ஆகியவற்றால் நாம் அன்றாடம் பயன்படுத்தி வந்த புழங்கு பொருட்களில் பல்வேறு மாற்றங்கள் நிகழ்ந்துள்ளன. பல பொருட்களில் வடிவ மாற்றங்கள் நிகழ்ந்துள்ளன; சில வழக் கொழிந்துள்ளன; சிலவற்றின் பயன்பாடுகள் அருகி வருகின்றன. இவ்வாறு வழக்கொழிவதைக் கண்டும் அருகி வருவதைக் கண்டும் நாம் வருந்தத் தேவையில்லை. மானுட வளர்ச்சி வரலாற்றில் இவ்வாறு நிகழ்வது இயல்பு. இருப்பினும் அப்புழங்கு பொருட்களை எழுத்தில் பதிவு செய்வது சமூகப் பண்பாட்டு வரலாற்றுக்கு இன்றியமையாதது. அப்பொருட்களை அருங்காட்சியகத்தில் பாதுகாப்பதும், அவற்றின் படங்களைப் பாதுகாப்பதும், நூலாக்கம் செய்வதும் தேவையானவை.

அந்த வகையில் இந்நூல் மிகவும் முக்கியமானது. நெல்லை மாவட்டம், பணகுடி பகுதியில் வழக்கிலுள்ள மாட்டு வண்டியின் வகைகள், வண்டியின் ஒவ்வொரு பகுதியையும் செய்யும் முறை, வண்டிகள் செய்யும் பட்டறைகள், அவற்றைச் செய்யும் தொழில் கலைஞர்கள், வண்டிகளைப் பயன்படுத்துவோர் பற்றிய செய்திகள், வண்டிகளின் பயன்பாடுகள், வண்டி மாடுகள் பற்றிய செய்திகள், மாடுகளுக்கு லாடம் கட்டுதல், மக்களுக்கும் வண்டிக்குமான உறவு, தற்போது வண்டிகள் அருகி வருதல் போன்றவற்றை மிக நுட்பமாகக் களஆய்வின் மூலம் ஆசிரியர் சேகரித்துள்ளார். நூலில் தரப்பட்டுள்ள புகைப்படங்களும் கோட்டோவியங்களும் நூலுக்கு வலுச் சேர்க்கின்றன.

இந்நூலை வாசிக்கும்போது நான் இளமைக் காலத்தில் வாழ்ந்த ஊரில் வண்டிகளும் மாடுகளும் எவ்வாறு மக்களுக்குப் பயன்பட்டன என்பதும் மக்கள் அவற்றை எவ்வாறு பேணினர் என்பதும் நினைவில் வருகின்றன. ஒரு முறை வண்டியொன்று சேற்றில் சிக்கிக் கொண்டது. மாடுகளால் வண்டியை இழுக்க இயலவில்லை. பலர் முயற்சி செய்தும் இயலவில்லை. அந்த ஊரில் சேற்றிலும் மணலிலும் சிக்கிய வண்டியை மீட்பதற்கென்று பலசாலி ஒருவர் இருந்தார் (அவர் ஒரே நேரத்தில் நாற்பது இட்லி சாப்பிடுவார் என்ற கதையும் உண்டு). அவரை அழைத்து வந்தார்கள். வண்டியின் அடியில் சேற்றில் பாய்விரித்து

மல்லாந்து படுத்துக்கொண்டு வண்டியின் தெப்பக் கட்டையில் இரு கால்களையும் வைத்து நெம்பித் தூக்கிவிட்டார். நாங்களெல்லாம் ஆச்சரியத்தோடு கூடி நின்று வேடிக்கை பார்த்தோம். வண்டியில் லாடம் கட்டுவதற்காக மாட்டினை லாவகமாகப் படுக்க வைப்பது ஒரு தனிக் கலை. இவை போல பல நினைவுகள் இந்நூலைப் படிக்கும் போது ஏற்பட்டன. இந்நூலைப் படிக்கும் ஒவ்வொருவருக்கும் இது போன்ற நினைவுகள் வரலாம்.

திருமதி. ஜான்சி நுட்பமாகக் களஆய்வு செய்வதில் வல்லவர் என்பதை இந்நூலைப் படிப்போர் நன்கு உணரலாம். 'எள்ளுங்கறதுக்கு முன்னாடி எண்ணெயா நிப்பாங்க' என்ற பழமொழி இவருக்கு நன்கு பொருந்தும். அவர் மேலும் பல நூல்களை அடுத்தடுத்து எழுத வேண்டும் என்பது என் அவா. அவருக்கு வாழ்த்துக்களும் பாராட்டுக்களும்.

நா. இராமச்சந்திரன்
இயக்குநர்
நாட்டார் வழக்காற்றியல் ஆய்வு மையம்
தூய சவேரியார் கல்லூரி (தன்னாட்சி)
பாளையங்கோட்டை

என்னுரை

நமது பண்பாட்டின் அடையாளச் சின்னங்கள் பலவற்றுள் மாட்டு வண்டியும் ஒன்று. இடம்பெயர்தலுக்கும் பயணம் பாரம் ஏற்றிச் செல்வதற்கும் மனித வரலாற்றில் செய்வதற்கும் உறுதுணையாக இருந்து வந்த வண்டி என்ற வாகனமே மனித சமூகத்தின் முதல் நில ஊர்தியாக இருந்திருக்க முடியும்.

விலங்குகளைப் பயன்படுத்தி வண்டிகளை இழுத்த மனிதனது அறிவுத் திறன் உலகத்தின் பல்வேறு பகுதிகளிலும் கிட்டத்தட்ட ஒரே விதமாகவே இருந்திருப்பது வியப்பாகவே உள்ளது.

விரைந்தோடும் சக்கரம் கண்டுபிடிப்பு, மனித உள்ளுணர்வில் உறங்கிக் கிடந்த 'வண்டி' என்ற ஒரு கருத்தின பயன்பாட்டை இயக்கத் தேவையான ஒரு சக்தி என்றே கூறலாம்.

மனிதன் விவசாயத்தில் ஈடுபடத் தொடங்கிய நாகரீகத்தின் தொடக்கக் காலக் கட்டத்தில் இருந்தே அந்நாகரீகத்தை விரைவாக இழுத்துச் செல்வதற்கு இவ்வண்டிகள் பேருதவியாக இருந்துள்ளன.

இத்தகைய மாட்டு வண்டிகள் அறிவியல் வளர்ச்சியினால் ஏற்பட்ட போக்குவரத்துச் சாதனங்களால் இன்று அதிகம் பயன்பாட்டில் இல்லாமல் போய் விட்டன. ஆனால் இதன் பயன்பாடு மனிதனால் மறக்க இயலாத மிகப் பெரிய சமூக மாற்றங்களை ஏற்படுத்தியுள்ளது. இத்தகைய பயன்பாடுகள் மிகுந்த வண்டியைப் பற்றிய தரவுகளை ஓரளவு சேகரித்து அவற்றை ஒரு சிறு நூலாக்கியதில் மகிழ்ச்சி யடைகிறேன்; எல்லாம் வல்ல. இறைவனுக்கே எனது முதற்கண் நன்றிகளைச் சமர்ப்பிக்கின்றேன்.

இந்தப் புத்தகத்திற்கான 'விதை' உருவான விதம் சுவாரஸ்ய மானது. எனது ஊருக்கு மிக அருகில் டோனாவூர் என்ற கிறித்தவச் சிறப்புமிக்க ஊர் உள்ளது. அங்கு கிறித்தவச் சமயப் பணியாளரான (மிஷனரி) ஏமிகார்மைக்கேல் என்பவரால் (1901-1951) ஏற்படுத்தப்பட்ட ஆதரவற்றோர் காப்பகம் உள்ளது. அதில் போக்குவரத்திற்காக முப்பதிற்கும் மேற்பட்ட மாட்டுவண்டிகளைப் பயன்படுத்தியுள்ளனர். இன்றும் அவை பயன்படுத்த இயலாத நிலையில் உள்ளன.

அந்தக் காப்பகத்திற்கு எதேச்சையாகச் சென்றிருந்த நான் அங்கிருந்த வில்வண்டி ஒன்றில் அமர்ந்து புகைப்படங்கள் எடுத்துக்

கொண்டேன். அவற்றை எனது ஆய்வு வழிகாட்டியும் மானசீக குருவுமான பேராசிரியர் ஆ.சிவசுப்பிரமணியன் அவர்களுக்கு அனுப்பியிருந்தேன்.

அவற்றைப் பார்த்து விட்டு "ஒரு பொருள்சார் ஆய்வாளர் கிடைத்து விட்டார்" என்று குறுஞ்செய்தி அனுப்பியிருந்தார். அந்தக் குறுஞ்செய்தியே இந்தப் புத்தகத்தின் துவக்கப் புள்ளியாக இருக்கும் என்பதை நான் அப்போது உணர்ந்திருக்கவில்லை. அப்போதிருந்து இப்போதுவரை இவ்வாய்விற்கு எல்லா நிலைகளிலும் உடன் இருந்து வழி நடத்தி வரும் ஐயா அவர்களுக்கு எனது மனமார்ந்த நன்றிகளை உரித்தாக்குகிறேன்.

ஆய்வுக் களங்களாக டோனாவூர் மற்றும் அதனைச் சுற்றியுள்ள கிராமங்களே அமைந்து விட்டன.

பணகுடி என்ற ஊர் இப்பகுதியில் மாட்டுவண்டிகள் தயாரிப்பில் பெயர் பெற்ற ஊராக இருந்துள்ளது. களக்காடு, கோவிலம்மாள்புரம் போன்ற ஊர்களிலும் தச்சுப் பட்டறைகள் ஏராளம் இருந்துள்ளன.

இன்றும் தச்சுப் பணி செய்யும் திரு.குமரேசன் என்ற ஆசாரி முழு மாட்டு வண்டி தயாரிப்பு முறை பற்றிய விவரங்களை மிகத் தெளிவாகக் கோட்டு வரைபடங்கள் மூலமாக விளக்கிக் கூறினார். அப்பொழுது அங்கே மாட்டு வண்டியின் மிக முக்கியப் பாகமான சக்கரம் தயாரிக்கும் பணி நடந்து கொண்டிருந்தது. இதன் மூலம் சக்கரங்களுக்குப் பட்டை போடுதல், ஆரக்கால்கள் இணைத்தல், குடம் கடைதல் போன்ற நுட்பமான பணிகளையும் நேரடியாகப் பார்த்துத் தெரிந்து கொள்ள முடிந்தது.

வில்வண்டி, சக்கடா வண்டி, ரேக்ளா வண்டி ஆகியவற்றின் பகுதிகளைச் சரியான அளவீட்டு முறைகளில் கோட்டு வரைபடம் (line drawing) மூலம் விளக்கியதோடு வாசகர்களுக்கு விளங்கிக் கொள்ள ஏதுவாக படங்கள் வரைந்து தந்தும் உதவினார். அவருக்கு எனது மனமார்ந்த நன்றியைத் தெரிவித்துக் கொள்கிறேன்.

புகழ்பெற்ற ரேக்ளா வீரரும் மாட்டுவண்டிப் பிரியருமான திரு. செல்வம் என்பவர் புதியம்பத்தூர் என்னும் ஊரில் வாழ் வருகிறார். அவரைச் சந்திக்கச் சென்றோம். ஏறக்குறைய முப்பத்தைந்து ஆண்டுகளாக இப்பகுதியில் நடைபெற்று வரும் மாட்டுவண்டிப் பந்தயங்களில் (ரேக்ளா) கலந்துகொண்டு தொடர் வெற்றியைப் பெற்று வருகிறார், அவர்.

அவர், ரேக்ளா வண்டிகள் பற்றியும் போட்டிகளுக்காகவே வளர்க்கப்படும் காளைகளைப் பற்றியும் ஆர்வத்தோடு பல தகவல்களைத் தந்தார். அவரது தகவல்கள் இந்நூலுக்குப் பேருதவியாக இருந்தன. அன்பின் நன்றிகளை அவருக்குத் தெரிவித்துக் கொள்கிறேன்.

இந்நூல் வளர்ச்சிக்கு ஆலோசனைகளையும் அறிவுரைகளையும் வழங்கிய எனது அன்புச் சகோதரரும் தூய சவேரியார் கல்லூரியின் நாட்டார் வழக்காற்றியல் ஆய்வு மைய இயக்குனருமான முனைவர் நா.இராமச்சந்திரன் அவர்களுக்கும் அன்பான நன்றிகளை உரித்தாக்குகிறேன்.

எழுத்துத் துறையில் தொடர்ந்து முயன்று வெற்றிபெற என்னை ஊக்குவித்தும் இந்நூலின் வளர்ச்சிக்கு உதவியும் வந்த எனது அன்பு அண்ணனும் எழுத்தாளருமான முத்தாலங்குறிச்சி காமராசு அவர்களுக்கும் எனது அன்பான நன்றிகளைத் தெரிவித்துக் கொள்கிறேன்.

பிழை திருத்த உதவிய பாளையங்கோட்டை தூய சவேரியார் கல்லூரி மேனாள் தமிழ்த்துறைப் பேராசிரியர் முனைவர் கு.மரியசெல்வம் அவர்கட்கு மனமார்ந்த நன்றி.

களஆய்விற்காக எங்கெல்லாம் செல்ல வேண்டியது இருந்ததோ அங்கெல்லாம் மிகவும் பொறுமை காத்து என்னை அழைத்துச் சென்று உதவிய எனது அன்புக் கணவர் திரு.D.பால்ராஜ் அவர்கள் இன்றி இத்துணைச் சிறப்பாக இந்த ஆய்வை மேற்கொண்டிருக்கவே இயலாது. எனது அன்புப் பிள்ளைகள் மிராக்ளின், ஜெனிரோஸ் இருவரும் எனக்கு மிகவும் ஒத்தாசையாக இருந்தனர். அவர்களுக்கு எனது மனம் நெகிழ்ந்த நன்றிகள்.

14-07-2019 - **முனைவர் த.ஜான்சி பால்ராஜ்**
வன்னியன் குடியிருப்பு

பொருளடக்கம்

1. சக்கரம் — 19
2. வண்டியும் சக்கரமும் — 21
3. சக்கரத்தின் வளர்ச்சி — 23
4. மாடும் வண்டியும் — 25
5. வண்டிகளின் வகைகள் — 29
6. மாட்டு வண்டி உருவாக்கம் — 32
7. சக்கரங்கள் தயாரிப்பு — 34
8. வண்டியின் அடிப்பகுதி — 41
9. வண்டியின் மேற்பகுதிகள் — 43
10. வண்டியின் முன்பகுதி — 45
11. சக்கடா வண்டி — 48
12. கூண்டு வண்டி அல்லது கூட்டுவண்டி — 51
13. வில்வண்டி — 53
14. ரேக்ளா வண்டி — 56
15. பந்தய முறை — 60
16. ஒற்றை மாட்டு வண்டிகள் — 65
17. வண்டி மாடுகள் — 67
18. மாடுகளைத் தேர்வு செய்தல் — 69
19. மாட்டு நோய்கள் — 76
20. மாட்டு வண்டியின் மதிப்பு — 85
21. கைவினைஞர்கள் — 86
22. வண்டி ஓட்டுதல் — 89
23. மாட்டு வண்டிப் பயணம் — 93

24.	மாட்டு வண்டி தடைக்கட்டை (பிரேக்)	96
25.	வண்டிகளின் பயன்பாடு	98
26.	மாட்டு வண்டிகளில் களவு (திருட்டு)	101
27.	வண்டிப் பேட்டைகள்	103
28.	சந்தையும் மாட்டு வண்டியும்	105
29.	மாடுகளின் பராமரிப்பு	106
30.	மலைப்பகுதி வண்டி	108
31.	மாட்டு வண்டிகளின் இன்றைய நிலை	109
	பிற்சேர்க்கைகள்	112
	துணைநூற் பட்டியல்	115
	தகவலாளர் பட்டியல்	117
	புகைப்படங்கள்	119

1. சக்கரம்

உலக வரலாற்றில் சக்கரத்தின் கண்டுபிடிப்பானது மனிதனின் நாகரீக வளர்ச்சியின் பெருந்திருப்பு முனையாக அமைந்தது. அதிவேகமாக உருண்டோடும் கற்களும், மரக்கட்டைகளும், ஆதி மனிதனின் சிந்தனைக் கதவுகளை மெல்லத் தட்டியிருக்கக்கூடும். அதன் விளைவே படிப்படியான சக்கர வடிவமைப்பாகும்.

சக்கரம் கண்டுபிடிப்பு

சக்கரம் என்பது வெறுமனே விலங்குகளின் இழுதிறன் மூலம் இயங்கும் வண்டிகளில் பொருத்தப்படும் ஒரு வேகமூட்டி மட்டுமன்று. இவ்வுலகையே நாகரீகத்தின் பாதையில் உருட்டித் தள்ளிக் கொண் டிருக்கும், எண்ணற்ற அறிவியல் கண்டுபிடிப்புகளுக்கெல்லாம் மூலமாக இருந்து வரும் ஓர் அரிய கண்டுபிடிப்பு.

இன்றைய மனிதனின் வேலைகளை இலகுவாக்கிக் கொண் டிருக்கும் எல்லா வகையான இயந்திரங்களும் இச்சக்கரத்தை மூலமாகக் கொண்டுதான் இயங்குகின்றன.

எளிய கடிகாரம் முதல் 'மிக்சி', 'கிரைண்டர்' வரை எல்லா வகையான மின் கருவிகளும் வாகனங்களும் மின்சாரத்தை உருவாக்கும் 'ஜெனரேட்டர்', 'டைனமோ' போன்ற அனைத்தும் இச்சக்கரங்களை அடிப்படையாகக் கொண்டே இயங்குகின்றன.

சக்கரம் இல்லாத அறிவியலின் புதிய கண்டுபிடிப்புகளே இல்லை என்னும் அளவுக்கு முக்கிய கருவியாக இது விளங்குகிறது. இத்தனைச் சிறப்புமிக்க இச்சக்கரம் முதன்முதலில் யாரால் கண்டு பிடிக்கப்பட்டது என்ற கேள்விக்கு விடையில்லை என்றே கூற வேண்டும். எனவே, ஒட்டுமொத்த மனித சமுதாயத்திற்கே அந்தப் பெருமை கையளிக்கப்பட்டுள்ளது எனலாம்.

நிலையான இருப்பிடம் கூட ஏற்படுத்தி வாழ்ந்திடாத காலக் கட்டங்களிலேயே மனிதனின் மூளை இந்தச் சாதனத்தைத் தன்னில் கருக்கொண்டு, ஏற்ற காலக்கட்டங்களில் செயல் உருவமாக ஆக்கி வெளிப்படுத்தியிருக்க வேண்டும்.

சக்கரம் உருவான காலக்கட்டங்களை ஆய்வு செய்திட்ட ஆய்வாளர்களுக்கிடையே இது குறித்த கருத்து வேறுபாடுகள் இருக்கின்றன. அமெரிக்காவில் உள்ள ஸ்மித்சோனியன் பல்கலைக்

கழகத்தில் மேற்கொள்ளப்பட்ட ஆய்வின் முடிவில் 'மெசபடோமியா நாகரீகத்தில் கி.மு.3500 ஆவது ஆண்டில் சக்கரம் கண்டுபிடிக்கப் பட்டிருக்கலாம்' என்று குறிப்பிடப்பட்டுள்ளது.

சக்கரங்களோடு இணைக்கப்பட்ட மரக்கட்டைகளை முதலில் மனிதனே இழுத்துச் சென்றிருக்க வேண்டும். தன்னால் தூக்கிச் செல்ல இயலாத பாரத்தையும் சக்கரச் சுழற்சியினால் எளிதாக நகர்த்திச் செல்ல முடிந்ததை உணர்ந்தான்.

முதலில் ஆரங்களற்ற குட்டையான வட்ட வடிவ மரக்கட்டைகளே சக்கரங்களாகப் பயன்படுத்தப்பட்டன. நாளடைவில் சரியான வடிவமைப்பில் சக்கரங்கள் வடிவமைக்கப்பட்டுப் பயன்படுத்தப்பட்டன.

சுமார் 6 ஆயிரம் ஆண்டுகளுக்கு முன்னரே மெசபடோமியா, பாலஸ்தீனம் போன்ற பகுதிகளில் சக்கரப் பயன்பாடு இருந்தமைக்கான சான்றுகள் உள்ளன.

சக்கரங்களின் வடிவமைப்புப் பற்றிய செய்திகளை எகிப்தின் தொன்மையான மலைப்பாறை ஓவியங்கள் தெரிவிக்கின்றன. கி.மு.3500ல் மெசபடோமியாவின் களிமண் முத்திரைகளில் நான்கு சக்கரங்களின் மீது ஒரு 'ஸ்லெட்ஜ்' வண்டி ஓடுவது போன்ற ஓவியம் உள்ளது குறிப்பிடத்தக்கது.

இச்சக்கரம் பழங்கால மனிதனால் எதேச்சையாகக் கண்டுபிடிக்கப் பட்டிருக்க வேண்டும். உயரமான இடத்திலிருந்து அதிவேகமாக உருண்டோடும் வட்டவடிவக் கற்கள், மரக்கட்டைகள் போன்றன பகுத்தறிவு பொதிந்த மனிதனது பார்வையில் அவனைச் சிந்திக்கத் தூண்டியது. இத்தூண்டலினால் ஏற்பட்ட துலங்கலின் படிப்படியான வளர்ச்சியே சக்கரத்தின் முழுமையான கண்டுபிடிப்பும் அதன் ஓட்டத்தினால் ஏற்பட்ட சமுதாய மாற்றங்களுமாகும்.

அதிவேகமாகச் செயல்படுபனவற்றைச் சக்கரத்தோடு இணைத்துக் கூறுவர். 'காலச்சக்கரம்' மற்றும் 'காலில் சக்கரத்தைக் கட்டிக்கொண்டு திரிகிறான்' போன்றன இதற்குச் சான்றாகும்.

மனிதனின் நேரத்தையும் சக்தியையும் மிச்சப்படுத்தி ஓரிடத்தி லிருந்து மற்றொரு இடத்திற்கு விரைவாகச் சென்றடைய ஓர் அச்சைப் பற்றிச் சுழலும் அமைப்பையே சக்கரம் என்கிறோம்.

மானுட வரலாற்றில் மிகப்பெரிய மாற்றத்தையும் நாகரீக வளர்ச்சியில் புதிய எழுச்சியையும் ஏற்படுத்திய இக்கண்டுபிடிப்பு ஓர் எளிமையான அறிவியல் கண்டுபிடிப்பாகும்.

மண்பாண்டங்கள் வனைதல் துவங்கி, மிகப்பெரிய இயந்திரங்களை உற்பத்தி செய்யும் தொழிற்சாலைகள் வரை, சக்கரங்கள் இல்லாத இடங்களே இல்லை.

2. வண்டியும் சக்கரமும்

முதலில் மக்கள் தங்கள் சுமைகளை நகர்த்திச் செல்ல, பயன்படுத்தியவைகளைத்தான் வண்டியாகக் கருத முடியும். அவை அகன்ற மரப்பட்டையாகவோ விலங்குகளின் தோலாகவோ, மரப்பலகைகளாகவோ இருந்திருக்க வேண்டும். அவற்றின் மீது பொருட்களை ஏற்றி, கயிறு உண்டாக்கி, அதன் மூலம் கட்டி இழுத்திருப்பான்.

பின்னர் அதனினும் அதிக பாரத்தை பலர் கூடி இழுத்திருப்பர். இதனிடையே இயல்பான மனிதனின் சிந்தனையாற்றலால் தனது விசைக்குப் பதிலாக விலங்குகளைப் பழக்கி, அவற்றின் மூலம் இழுத்தாலென்ன என்ற தனது எண்ணத்தின் கேள்விகளுக்குச் செயல் வடிவில் பதிலளித்தான். மனிதன் பழக்குவிக்கும் ஆற்றலுக்குக் கட்டுப்பட்ட நாய், குதிரை, கழுதை, யானை, ஒட்டகம் போன்ற விலங்குகளை வண்டிகளின் இழுவிசைக்காகப் பயன்படுத்திக்கொண்டான்.

பழகிய உயிரினங்களின் மீது இயற்கையாகவே அன்பு காட்டுவது மனித இயல்பு. அவற்றைக் கொண்டு வேலையை இலகுவாக்க எண்ணங் கொண்டிருந்திருப்பான். அவ்வெண்ணங்கள் மரபுவழியாகப் பல நூற்றாண்டுகள் வலுப்பெற்று, உலகில் எங்கோ ஒரு மூலையில் பிறந்த மனிதனின் அறிவில் தோன்றியிருக்க வேண்டும். உருண்டோடும் கற்களும் மரப்பொருட்களும் சிந்தனையைக் கூராக்கி, தன் வேலையோடு இணைத்திருக்க வேண்டும். அவற்றின் படிப்படியான வெளிப்பாடே சக்கரம் என்ற பொருளின் கண்டுபிடிப்பு.

ஆக, சக்கரங்களுக்கு முன்பே வண்டி கண்டுபிடிக்கப்பட்டிருக்கும். அதோடு எதேச்சையாக சக்கரத்தின் கண்டுபிடிப்பு ஒரு அபூர்வமான ஞானோதயம் என்றே கூறலாம். இக்கண்டுபிடிப்பு காரண காரியத்தைப் பகுத்தாராயும் மனிதனது இயல்பினால் வண்டியோடு சக்கரத்தை இணைத்திருக்கலாம்.

உருண்டோடும் தன்மையுடைய சக்கரம் விரைவாகவும், எளிதாகவும் தூரம் கடப்பதால், தனது வண்டியில் இணைத்து இழுத்துப் பார்த்தான். அது முதல், புதிய பயணம் உலகில் காலடி வைத்து இன்று வரை நில்லாமல் காலச்சக்கரத்தை விரட்டிக்கொண்டே உள்ளது இச்சக்கரம்.

சறுக்கு வண்டி (ஸ்லெட்ஜ்)

மனிதன் தனது தேவைகளுக்காகக் காட்டு விலங்குகளைப் பழக்கப்படுத்தி, வீட்டு விலங்குகளாக்கினான். அவற்றுள் முதலில் நாய்தான் மனிதனால் பழக்குவிக்கப்பட்ட விலங்காகும்.

நாய், மனிதனின் உடைமைகளைப் பாதுகாப்பதோடு அவனது கட்டளைகளை, எளிதில் புரிந்து கொள்ளும் தன்மையுடையதாகவும் இருந்தது. அதன் இந்த இயல்புகளை அறிந்திருந்த மனிதன், தான் இழுக்க வேண்டிய சுமைகளை நாய்களைக் கொண்டு இழுக்கப் பணித்தான்.

பனிப்பிரதேசங்களில் மட்டுமல்லாமல் உயர்வான இடங்களில் இருந்து பள்ளமான பகுதிகளுக்குப் பாரமான பொருட்களை இழுத்துக் கொண்டு அதன் வேகத்திற்குத் தானும் ஓடிச் செல்வது கடினம். இதனால் சக்கரமற்ற வண்டிகளே மனிதனால் முதலில் பயன்படுத்தப் பட்டிருக்க வேண்டும் என்பதே உண்மை.

சக்கரம் காலப்போக்கில் இத்தகைய சறுக்கு வண்டிகளில் இணைக்கப்பட்டால் என்ன என்ற மனிதனின் கற்பனையின் விளைவாக, வண்டிகள் மனிதகுலத்தை மற்றொரு கரைக்கு மிக வேகமாக இழுத்துச் செல்லத் துவங்கி இன்று தொடர் பயணமாக ஓடிக்கொண்டே உள்ளது.

3. சக்கரத்தின் வளர்ச்சி

முதலில் ஆரங்களற்ற தடிமனான வட்டவடிவ மரப்பலகைகளையே சக்கரமாகப் பயன்படுத்தியுள்ளான். மெசபடோமியாவில் மேற்கொள்ளப்பட்ட தொல்பொருள் ஆய்வில் கண்டெடுக்கப்பட்ட மாட்டு வண்டி மாதிரி, உருவத்தில் இரண்டு சக்கரங்களும் ஆரக்கால்கள் இல்லாத வட்டவடிவில் உள்ளன என்பது குறிப்பிடத்தக்கது.

உருண்டோடும் சக்கரம் எடை மிகுந்திருப்பின் அதன் உருண்டோடும் தன்மை குறைவுபடும் என்பதை உணரத்துவங்கினான். சக்கரங்களின் எடையைக் குறைத்து இயக்கினால் ஒட்டு மொத்த வண்டிக்கான இழுவிசையும் குறைவாக இருந்தாலே போதும் என்பதையும் அறிந்தான்.

இந்த அறிதலின் விளைவு சக்கரம் கரடு முரடற்றதாகவும், எடை குறைந்ததாகவும் மனிதனால் உருவாக்கப்பட்டது. பல கால மாறுபாடுகளுக்குப் பின்னர், வண்டிகளோடு ஒன்றுபட்டுவிட்ட மனிதனின் சிந்தை அவற்றைச் சீரமைப்பதிலேயே சென்றிருக்க வேண்டும்.

அவனது ஆராய்ச்சியின் ஊக்கம் முழு சக்கரத்தின் உள் பகுதியை அகற்றினாலும் அது உருளும் தன்மையுடையதாகவே இருக்கும் என்ற யூகத்தை அடையச் செய்தமையால் தொடர்ந்து முன்னேற்றம் அடைந்தான். இறுதியாக வலுவான சரியான இடைவெளிகளில் பொருத்தப்படும் கம்புகள் சுற்றியிருக்கும் வட்டத்தைத் தாங்கினால் போதும் என்ற தெளிவைப் பெற்றான். இக்கம்புகளையே ஆரக்கால்கள் என்று தமிழர்கள் அழைத்தனர்.

காலப்போக்கில் இரும்பின் கண்டுபிடிப்பால் உலகம் இன்னும் அழகாக மிளிரத் துவங்கியது. இரும்பும் வண்டியின் சீரமைப்பில் பெரும் பங்கு வகித்தது. குறிப்பாகச் சக்கரத்தின் முக்கியப் பகுதியான வெளிச்சுற்றின் மீது இரும்புப் பட்டைகள் நேர்த்தியாகப் பொருத்தப்பட்டன. இதனால் கட்டையின் தேய்மானம் குறைந்ததோடு உருளும் வேகம் அதிகரித்தது. வண்டியின் உறுதித் தன்மையும் வேகமும் அதிகரித்தது.

இரண்டு சக்கரங்களுக்கு மத்தியில் உள்ள பகுதியில்தான் பாரம் வைக்கப்பட்டிருக்க முடியும். எனவே அவற்றைத் தாங்கும் அளவில் அதன் சக்கரங்களின் பளு இருக்கும்படி அமைக்கப்பட்டன.

இரண்டு சக்கரங்கங்களையும் இணைக்கும் நீண்ட உருளும் அச்சும், நடுவில் இணைக்கப்பட்டு இரு சக்கர முனைகளிலும் அச்சாணிகள் செருகப்பட்டிருக்கும். இவை படிப்படியான மாற்றங்கள் அடைந்து முழுமையான சக்கரமாக உருவம் பெற்றன.

வண்டியில் அதிக அளவில் பாரமேற்றி அதனால் சக்கரங்கள் உடையும் போது, அதற்கு உதவியாகக் குறிப்பிட்ட இடைவெளியில், மேலும் சில சக்கரங்களை இணைத்துப் பயன்படுத்தியிருக்கலாம்.

விலங்குகளால் இழுத்துச் செல்லப்பட்ட இத்தகைய வண்டிகள் உலகெங்கும் பயன்படுத்தப்பட்டன. வண்டியின் வேகம் அதன் மீது ஏற்றப்பட்ட எடை, மற்றும் சக்கரத்தைப் பொருத்தது மட்டுமல்ல. அவ்வண்டிக்குக் கொடுக்கப்படும் இழு விசையைச் சார்ந்தது என்பதை அறிந்த மனிதன் வேகமாக ஓடும் தன்மையுடைய விலங்குகளைக் கண்டறிந்து அவற்றைப் பழக்கப்படுத்தி தனது பயணத்தை இன்னும் விரைவுபடுத்திக் கொண்டான்.

அதற்கென்று குதிரை, மாடுகள் போன்ற விலங்குகள் அவனுக்கு உதவின. தொடர்ந்து தனது அன்றாட தேவைகளுக்கும் வண்டிகளைப் பயன்படுத்திய மனிதன், வண்டிகள் சிரமமின்றிச் செல்வதற்காக அவை செல்ல வேண்டிய வழிகளையும் செம்மை செய்தான். சக்கரங்கள் நிலத்தில் பதியாமல் செல்ல ஏற்ற விதத்தில் பாதைகளை ஏற்படுத்தினான். சக்கரம் வரும் சந்ததியினரின் புதிய வாகனக் கண்டு பிடிப்பிற்கு வழிகாட்டியதோடு அவற்றின் வருகைக்கும் மாதிரிப் பாதைகளை அமைத்துக் கொடுத்தது என்றால் அது மிகையாகாது.

4. மாடும் வண்டியும்

மாடுகளின் இழுவைத் திறன் மூலம் இயக்கப்படும் எளிய அமைப்பிலான வண்டியே மாட்டு வண்டி எனப்படுகிறது.

முதன் முதலில் மனிதன் தனது ஆற்றலுக்கு மீறிய எடையுள்ள பொருட்களை எடுத்துச் செல்லப் பயன்படுத்திய கருவி, வண்டி என்ற வாகனமாகத்தான் இருந்திருக்க முடியும். பிற விலங்குகளிலிருந்து தனது சிந்திக்கும் திறனால் வேறுபட்டு நின்ற மனிதனின் வளர்ச்சிக்கு மிகவும் அடிகோலியது இக்கண்டுபிடிப்பு.

வண்டி என்ற கருவியின் கண்டுபிடிப்பின் தொடர்ச்சியாக மாடு, குதிரை, ஒட்டகம் ஆகிய வீட்டு விலங்குகளைப் பயன்படுத்தத் தொடங்கினான். தமிழ்நாட்டைப் பொருத்த அளவில் இது எவ்வாறு நிகழ்ந்தது என்பதைச் சங்க இலக்கியங்களின் துணையுடனும், வாய்மொழி விளக்கங்களின் துணையுடனும் கட்டமைக்கலாம்.

பெரு வணிகர்களும் சிறு வணிகர்களும் எருதுகளின் மீது தங்களது உற்பத்திப் பொருட்களை அல்லது விற்பனைப் பொருட்களை ஏற்றி, தொலை தூரங்களுக்குக் கொண்டு சென்று விற்று அல்லது பண்டமாற்றுச் செய்து திரும்ப வந்தனர்.

பொதி வாணிபம்

வேட்டையாடி வாழ்ந்த மனிதன், தான் வேட்டையாடிய விலங்குகளையும் நெருப்பின் பயன்பாட்டையும் அறிந்த பின்னர்,

நெருப்பிற்குத் தேவையான மரக்கட்டைகளையும் சுமையாகவே சுமந்து வந்துள்ளான். இதனடிப்படையில் பார்க்கும் போது, தலையிலோ தோளிலோ சுமந்துதான் தனக்குத் தேவையான பொருட்களை இடமாற்றம் செய்துள்ளான். காட்டு விலங்குகளைப் பழக்கிய பின்னர் தன் சுமைகளைச் சுமக்கும் கருவியாக அவ்விலங்குகளைப் பயன் படுத்தினான். சிறிது அளவிலான பண்டமாற்று நிகழ்த்தியபோதும் விலங்குகளே அதற்குத் துணைநின்றன.

தமிழர்களைப் பொருத்த அளவில் தலைச் சுமையாகவோ விலங்குகளைச் சுமக்கச் செய்தோ பொருட்களைச் சுமக்கச் செய்யும் முறையைப் பொதி வாணிபம், பொதி மாட்டு வாணிபம் என்று அழைத்தனர். பொதி சுமப்பதற்கு என்று சில வகையான எருது களையும், அக்ரி என்று அழைக்கப்பட்ட கோவேறிக் கழுதையையும் பயன்படுத்தியுள்ளனர். இதன் வளர்ச்சியாகவே எருதுகள் பூட்டப்பட்ட வண்டிகளும் பயன்பட்டுள்ளன. 'உமணர்கள்' என்று அழைக்கப்பட்ட உப்பு வணிகர்கள், எருதுகள் பூட்டப்பட்ட வண்டிகளில் உப்பைக் கொண்டு சென்றதையும், விற்பனை செய்ததையும் சங்க இலக்கியங்கள் குறிப்பிடுகின்றன.

ஆங்கில ஆட்சியின் தொடக்க காலங்களில் பொதிவாணிபம் நடைமுறையில் இருந்தது. பொதிகளைச் சுமந்து செல்வதற்கென்றே சில வகையான மாட்டினங்கள் இருந்துள்ளன. இம்மாடுகளைப் பொதி மாடுகள் என்றே அழைத்தனர்.

பெரு வணிகர்கள் பத்து முதல் 15 மாடுகள் வரை பயன்படுத்தி ஒரே நேரத்தில் பணியாட்கள் மூலம் பொதிகளை ஏற்றி வணிகம் செய்தனர். பல நாட்கள் விற்பனை இடங்களில் தங்கியிருந்தும் வாணிபம் செய்தனர்.

தமிழகத்தில் பொதி வாணிபம் 20ஆம் நூற்றாண்டின் முற்பகுதி வரை நடைபெற்று வந்துள்ளது. இத்தகைய பொதி வாணிபம்தான் மாட்டு வண்டி பயன்பாட்டுக்கு முந்தைய நிலையாக இருந்து வந்துள்ளமையை அறிய முடிகிறது.

ஆனால், மாட்டு வண்டிகள் சுமார் 4000 ஆண்டுகளுக்கு முன்பிருந்தே மனிதனின் பயன்பாட்டில் இருந்து வந்துள்ளமைக்கு வரலாற்றுச் சான்றுகள் உள்ளன. குறிப்பாக சிந்துச் சமவெளி மக்கள் மெசபடோமியாவில் பயன்படுத்திய சக்கரங்கள் பயன்பாட்டிற்கு வந்துள்ளது.

வாணிபமும் வண்டியும்

எருதுகள் மூலம் நடைபெற்ற பொதி வாணிபத்தை விட, மாட்டு வண்டிகள் மூலம் மிக எளிதாகவும் அதிக அளவிலும் வாணிபம் நடைபெற ஏதுவானதால், மக்கள் தங்களது வசதி வாய்ப்புகளுக்கு ஏற்ப மாட்டு வண்டிகளைப் பயன்படுத்தத் துவங்கினர்.

முதலில் ஒரு மாடு பூட்டப்பட்ட ஒற்றை மாட்டு வண்டிகளையே மனிதன் பயன்படுத்தியிருக்கக் கூடும். அதனைத் தொடர்ந்து இரண்டு மாடுகள் பூட்டப்பட்ட மாட்டு வண்டிகளை வடிவமைத்து ஓட்டினான். அவற்றின் பயன்பாட்டு மிகுதியினால் மனித வாழ்வில் முக்கிய அங்கமாக ஒட்டிக் கொண்டது மாட்டு வண்டி.

இவற்றில், பொதி எருதுகளால் ஏற்றிச்செல்ல இயலாத பெருமளவு பொருட்களை, ஒரே நேரத்தில் ஏற்றிச்செல்ல இயன்றதுடன் வணிகர்களையும் ஏற்றிச் செல்ல உதவியது. இதனால் மக்களின் பெருமளவு காலமும், வேலையும் குறைந்தன. மக்களின் வாழ்வாதார நிலைகளும் வேகமாக உயர வழிகோலியது.

தமிழகக் கிராமப்புறங்களில் வேளாண் பொருட்களை ஏற்றிச் செல்ல அதிக அளவு மாட்டு வண்டிகள் பயன்பட்டுள்ளன. விளை பொருட்கள் விவசாயத்திற்குத் தேவையான பொருட்கள், தொழு உரம், வைக்கோல்கள், நாற்று, நெல், சோளம், கம்பு, தானியங்கள், காய்கறிகள், பயறு வகைகள், கருப்புக்கட்டி போன்றவற்றை ஏற்றிக் கொண்டு செல்லவும் வண்டிகள் மிகவும் பயன்பட்டுள்ளன.

ஓரளவு நிலபுலன்களுடன் வாழ்ந்த சிறு விவசாயிகளும் மாட்டு வண்டிகளைத் தங்கள் பயன்பாட்டிற்கு வைத்திருந்தனர். ஒன்றிற்கு மேற்பட்ட மாட்டு வண்டிகள் மிகவும் வசதி படைத்தோரிடம் இருந்தன.

மாட்டு வண்டிகள் அன்றைய மக்களின் சமூக மதிப்பை வெளிக் காட்டுவனவாக விளங்கின. இப்போக்கு நாளடைவில் மாட்டு வண்டி வாங்குவதும், அதில் மாடுகளைப் பூட்டி ஓட்டுவதும், அதில் பயணிப்பதும் குறிப்பாக வாணிபம் மேற்கொள்வதும் மதிப்பிற்குரியனவாக சமுதாயத்தால் பார்க்கப்பட்டது.

பெரும்பாலும் அவரவர் வண்டிகளை அந்தந்த வீட்டின் ஆண்களே ஓட்டுவது வழக்காக இருந்தது. ஒருசில பெரும் செல்வந்தர்கள், தங்கள் தேவைகளுக்கு ஏற்ப ஒன்றுக்கும் மேற்பட்ட வண்டிகளை வைத்திருந்தனர். இதனால் அவ்வண்டிகளை ஓட்டிச் செல்ல ஊதியம் வாங்கும் ஆட்களை வைத்திருந்தனர், வண்டி ஓட்டிச் செல்லும் பணியாட்கள் 'வண்டியோட்டிகள்' அல்லது 'வண்டிக்காரன்' என்று அழைக்கப்பட்டனர்.

வண்டிகள் பொதுவாகப் போக்குவரத்திற்காகவும், பாரம் ஏற்றிச் செல்லும் உபகரணமாகவும் பயன்படுத்தப்பட்டன. இவ்விரண்டு வகைப் பயன்பாட்டிற்கும் ஏற்ப வண்டிகள் அதன் அமைப்பில் ஒரு சில மாற்றங்களுடன் உருவாக்கப்பட்டன.

வண்டிகள் தயாரிக்கப்படுவதற்கென்றே தச்சர் என்ற பெயரிலான கைவினைஞர்கள் பெருகினர். மாட்டு வண்டிகள் பெரும்பாலும் அதிக அளவு மரப்பொருட்களுடனும் சிறிதளவே இரும்புப் பொருட்களுடனும் சேர்ந்தே தயாரிக்கப்பட்டன. இதனால் மரப்பொருள் தயாரிக்கும் தச்சர்கள், மற்றும் இரும்புகளை மரத்தோடு இணைக்கும் கொல்லர்கள் என்ற இரு கைவினைஞர்கள் உருவாகி வளர்ச்சியடைந்தனர்.

இவ்விரு கைவினைஞர்களும் அன்றையக் காலக்கட்டங்களில் மக்களிடையே மிகவும் மதிப்பிற்குரியவர்களாக வாழ்ந்து வந்தனர்.

உப்பு வணிகம்

இதைப்போன்றே இத்தகைய ஒற்றை மாட்டு வண்டிகளின் மூலம் உப்பளங்களில் இருந்து நேரடியாக உப்பு ஏற்றிக் கிராமங்கள் தோறும் சென்று விற்பனை செய்தனர். உப்பு வியாபாரிகள் பலர் ஒன்றாகச் சென்று உப்பு ஏற்றி தங்களுக்கென்று பிரித்துக்கொண்ட கிராமங்களில் நாள் கணக்கில் தங்கியிருந்து உப்பு விற்றுச் சென்றுள்ளனர். இவர்கள் தாங்கள் தங்கும் கிராமங்களில் மாடுகளுக்கான தீவனங்களை உப்புக்குப் பதிலாகப் பெற்று அளித்ததாகத் தகவல்கள் உள்ளன.

எண்ணெய் வியாபாரம்

1960 வரை எண்ணெய் வியாபாரிகள் இந்த ஒற்றை மாட்டு வண்டிகளில் தான் எண்ணெய் கொண்டு வந்து ஊர்களில் விற்பனை செய்துள்ளனர். வள்ளியூரில் தனது சொந்த செக்கில் ஆட்டிய நல்லெண்ணெய், தேங்காய் எண்ணெய் ஆகியவற்றைத் தனித்தனி எண்ணெய்க் குவளைகளில் அடைத்து வாரம் ஒருநாள் ஒரு குறிப்பிட்ட கிராமத்திற்குச் சென்று விற்பனை செய்வதுண்டு. கிராமத்தின் குறிப்பிட்ட இடத்தில் நின்று மக்கள் அறிய ஒலி எழுப்புவர். வீடுகளிலிருந்து மக்கள் வந்து இந்த எண்ணெய்களை வாங்கிச் செல்வர்.

5. வண்டிகளின் வகைகள்

மாட்டு வண்டிகள் அவற்றின் பயன்பாடு மற்றும் அமைப்பு ஆகிய வற்றின் அடிப்படையில் மூன்று விதங்களில் வடிவமைக்கப்பட்டன.

❖ பாரமேற்றிச் செல்லப் பயன்படுத்தப்பட்ட 'சக்கடா வண்டி'

❖ போக்குவரத்திற்கென்று வடிவமைக்கப்பட்ட 'வில்வண்டி'

❖ வண்டிகளிடையே போட்டிகள் வைப்பதற்காக வடிவமைக்கப் பட்ட 'ரேக்ளா (Race)' வண்டி.

இம்மூன்று வண்டிகளுமே அடிப்படையில் ஒரே விதமான கட்டமைப்பை உடையதாயினும் ஒருசில மாற்றங்களுடன் வடிவமைக்கப்பட்டவை.

இவ்வண்டிகள் குறித்து தனித்தனியாக அறிந்து கொள்ளும் முன்னர் இவ்வண்டிகளின் முக்கிய உறுப்புகள் குறித்தும், ஒரு வண்டி எவ்வாறு உருவாக்கப்படுகிறது என்பதைக் குறித்தும் சில செய்திகளைக் கண்டறிய வேண்டியுள்ளது.

வண்டித்தடம்

மாட்டு வண்டிகளின் பயன்பாடு மிகவும் தேவையான காலக் கட்டங்களில் வண்டி செல்வதற்கான பாதைகள் பெரும்பாலான கிராமங்களை இணைத்தன. காட்டுப்பகுதியில் இருக்கும் கிராமக் கோவில்களில் ஆண்டின் சில நாட்கள் மட்டுமே வண்டிகள் செல்வதற்காகப் பயன்படுத்தப்படும் வண்டிப் பாதைகள் அக்குறிப்பிட்ட காலங்களில் மட்டும் செம்மைப்படுத்தப்பட்டு, வண்டிகள் செல்ல ஏதுவானதாக்கப்படும்.

வண்டி செல்லும் பாதை 'வண்டித்தடம்' எனப்பட்டது. வண்டித் தடங்களில் ஓரப்பகுதிகளில் குறிப்பிட்ட தொலைவில் மைல் கற்கள் வைக்கப்பட்டிருந்தன. மண் பரளிகற்கள் என்பனவற்றைக் கொண்டு அமைக்கப்பட்ட பாதைகள் வழியாக இவ்வண்டிகள் தொடர்ச்சியாகச் சென்று வருவதன் காரணமாக, அதன் இரு சக்கரங்கள் தொடர்ந்து அழுத்தம் தரும். இதனால் சக்கரம் படும் பகுதி சிறு ஓடை போல் மாறி விடுவதும் உண்டு. மணல் அல்லது மண் நிறைந்த ஓடைப் பகுதியில் மழைக்காலங்களில் வண்டியின் சக்கரங்கள் அதில் புதைத்து சுழல மறுக்கும். அப்போது பனை ஓலைகளைத் தறித்து அப்பகுதியில் வரிசையாகப் போட்டு, மாடுகளை இழுக்கச் செய்வதுடன் பின்னிருந்தும் தள்ளுவர். இதனால் சக்கரம் சுழன்று ஓலைத் தடத்தில் பதிந்து சேறு அல்லது மணலில் இருந்து விடுபடும்.

6. மாட்டு வண்டி உருவாக்கம்

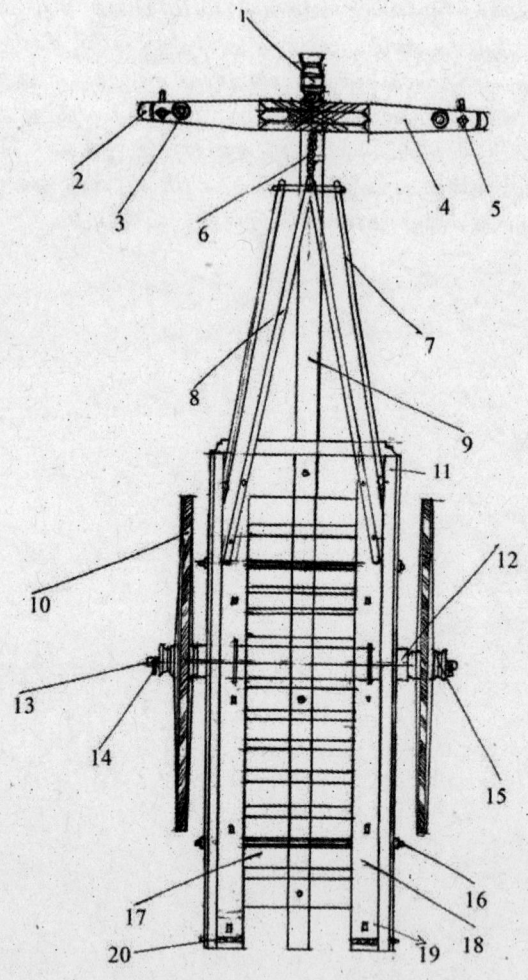

1. தாங்கு கட்டை 2. நுகப்பூண் 3. நுகம் வளையம் 4. நுகம் 5. நுகக் குச்சி 6. மேல் வளையம் 7. இரும்பு சைடு பிடி கம்பு 8. இரும்புக் கம்பு 9. போல் 10. பட்டை 11. பிள்ளைச் சட்டம் 12. தெப்பக் கட்டை 13. இரும்பு அச்சு 14. அச்சு ஆணி 15. குடம் 16. நாரா கம்பி 17. குறியது 18. பிரதான சட்டம் 19. ஊனி கம்பு துளை 20. சப்பம் பிடிப்பு

மாட்டு வண்டியானது பெருமளவு மரப்பொருட்களாலும் மிகக் குறைந்த அளவு இரும்பையும் கொண்டு கைதேர்ந்த வண்டிக் கலைஞர்களால் வடிவமைக்கப்படுகிறது. எரிபொருட்கள் எதுவும் இன்றி மாடுகளின் இழுவைத் திறனை மட்டுமே கொண்டு இயக்கப்படுதலால் அதற்கேற்ற வடிவமைப்பில் உருவாக்கப்படுகிறது.

ஒரு மொத்த மாட்டுவண்டியின் பாகங்களை 1. சக்கரங்கள் 2. அடிப்பகுதி 3. மேற்பகுதி 4. முன்பகுதி என்று பகுக்கலாம்.

7. சக்கரங்கள் தயாரிப்பு

வண்டியை உருண்டோடச் செய்வதில் சக்கரத்தின் பங்கு மிக முக்கியமானது. சக்கரம் என்ற முழு அமைப்பானது பல உட்பகுதிகளை உள்ளடக்கியது.

சக்கரத்தின் உறுப்புகள்

1. குடம் 2. ஆரக்கால்கள் 3. அச்சு 4. அலகு 5. இரும்புப் பட்டை 6. அச்சாணி ஆகியவற்றை உள்ளடக்கியது சக்கரம்.

1.குடம்

சக்கரத்தின் மையப்பகுதியில் வண்டியின் அச்சைச் சுழலச் செய்தும் கட்டுப்படுத்துவதுமான மிக முக்கிய பணியினைச் செய்யும் குடம் என்ற இப்பகுதி வண்டி உருவாக்கத்தில் முதன்மையான இடம் வகிக்கிறது. இது மிகவும் நுட்பமான வேலைப்பாடுகளுடன் செய்யப் படுவதோடு சரியான முறையில் செய்து முடிக்கப்பட்டுவிட்டாலே ஒரு முழு வண்டியின் மொத்த வேலைப்பாடுகளுள் பெரும் பகுதி செய்து முடித்து விட்டதாகக் கருதப்படும் அளவுக்கு மிக முக்கியத்துவம் பெறுகிறது.

குடம் செய்து முடித்து சுமார் மூன்று அல்லது நான்கு மாதங்களுக்குப் பின்னரே சரியான உறுதித் தன்மையைப் பெற்று மேற்கொண்டு செய்யப்பட வேண்டிய வேலைகளுக்கேற்ற தன்மையைப் பெறுகின்றது. இத்தன்மையை வண்டிக் கலைஞர்கள் மரப்பொருட் களின் சரியான விளைச்சல் நிலை என்கின்றனர். இத்தகைய விளைச்சல் தன்மையை அடையும் படியாக முதலில் இக்குடம், 'குடம் கடைசல்' என்ற நிலைவரை வடிவமைக்கப்பட்டு பின்னர் வண்டியின் மற்ற பாகங்கள் செய்யப்படுகின்றன.

குறிப்பிட்ட கால இடைவெளிகள் இன்றிச் செய்யப்படும் வண்டிகள் சரியான உறுதித் தன்மைகளற்றதாகி விடுகின்றன.

(i) **மரம் தேர்ந்தெடுத்தல்**

வண்டியின் பல்வேறு பாகங்களும் பல்வேறுபட்ட மரங்களினால் உருவாக்கப்படுகின்றன. ஒவ்வொரு மரவகையும் அதற்கென்றே உரிய தனித்தன்மை உடையதாக உள்ளது. குறிப்பாக மரங்களின் உறுதித்தன்மை, சேதமடையாத தன்மை, தேய்மானத்தன்மை, நீர் ஈர்க்குந்தன்மை, நெகிழும் தன்மை, உடையும் அல்லது நொறுங்கும் தன்மை போன்றன, மரங்களுக்கு மரங்கள் வேறுபடுகின்றன. இவற்றினடிப்படையில் மரங்கள் தேர்வு செய்யப்படுகின்றன.

"வைமரம்" அல்லது வாகைமரத்தால் குடம் செய்யப்படுகிறது. இவ்விரு மரங்களும் எளிதில் கீறல் அடைவதில்லை. இத்தன்மை குடத்தில் துளைகள் இடும் போது உடைந்து போகாமல் இருக்க உதவுகிறது. மேலும் இத்தன்மையை மரங்களின் 'பின்னல்வசம்' என்கின்றனர் தச்சர்கள். மேலும் இதில் இணைக்கப்படும் இரும்புப் பூண்கள் கச்சிதமாகப் பொருந்திக் கொள்ளும் வகையிலும் இருக்கிறது. மேலும் காலநிலை மாறுபாடுகளுக்கு ஏற்ப இம்மரங்கள் தங்களது தன்மைகளை மாற்றிக்கொள்வதில்லை. இதனை அறிந்தே இம்மரங்கள் தேர்வு செய்யப்படுகின்றன.

(ii) **குடம் கடைசல்**

தேர்ந்தெடுக்கப்பட்ட மரங்களில் 13 அடி நீளமும் 10 அங்குலம் தடிமனுமான மரக்கட்டை நீள் கன செவ்வக வடிவில் தனித்துண்டாக எடுத்துக் கொள்ளப்பட்டு சீராக உருளை வடிவில் செதுக்கப்படுகின்றது. பின்னர் அதன் நீளவாக்கில் அடி மற்றும் மேல் பகுதிகள் குவிந்த கமுகு போன்ற அமைப்பில் செதுக்கப்படுகிறது. நடுப்பகுதி உருளை வடிவில் மாற்றப்படுகின்றது. இத்தகைய அமைப்பிலான குடத்தின் பகுதியை வடிவமைத்தலையே 'குடம் கடைசல்' என்கின்றனர்.

இதன் பின்னர் இந்த அமைப்பில் ஒரு முனையிலிருந்து மறு முனைக்கு நடுவில் வண்டியின் அச்சு செல்வதற்குத் துளையிடப் படுகிறது. இதற்கு 'அச்சுத்துளையிடுதல்' என்று பெயர்.

அச்சுத்துளையுடன் கூடிய குடத்தின் இந்நிலையே 'குடம் கடைசல்' எனப்படுகிறது.

(iii) **இரும்புப் பூண்கள் இணைத்தல்**

குடம் கடைசல் கடைந்தவுடன் 4 இரும்புப் பூண்கள் அதில் இணைக்கப்படுகின்றன. வண்டியின் உட்புறமாக அமையும் குடத்தின் பகுதி உள்வாய் எனப்படுகிறது. இந்த உள்வாய் இரும்பினால் அமைக்கப்படுகிறது.

(iv) **துளையிடுதல்**

இரும்புப் பூண்கள் இணைக்கப்பட்டுச் சில நாட்கள் கழித்து ஆரக்கால்கள் இணைப்பதற்கான 12 துளைகள் சீரான இடைவெளிகளில் இடப்படுகின்றன. இதற்குத் 'துளையிடுதல்' என்று பெயர்.

துளையிடுதல் பணி மிகவும் கடினமான பணியாகக் கலைஞர்களால் உணரப்படுகிறது.

2. அலகு

அலகு என்பது ஆரக்கால்களைக் குடத்துடன் இணைக்கப் பயன்படுத்தப்படும் 6 சம அளவிலான மரத்துண்டுகள். இவை ஒவ்வொன்றும் 2 அடி நீளத்துடனும் 6 அங்குலம் அகலத்துடனும் வடிவமைக்கப்படுகிறது.

ஓர் அலகில் இரண்டு ஆரக்கால்கள் இணைக்கப்பட துளைகள் இடப்படுகின்றன. முதலில் ஆரக்கால்கள் குடத்துடன் இணைக்கப்படுகின்றன. பின்னரே இந்த அலகுகள் ஆரக்கால்களின் மறுமுனைகளுடன் இணைக்கப்படுகின்றன.

ஆறு அலகுகளும் குடத்துடன் இணைக்கப்பட்ட ஆரக்கால்களுடன் இணைக்கப்பட்டதும் முழு வட்ட வடிவமைப்பைப் பெறுகின்றது. அலகு தேக்குமரத்தால் செய்யப்படுகிறது.

3. ஆரக்கால்கள்

சக்கரத்தின் மையப்பகுதியான குடத்திலிருந்து அதன் சுற்று வட்டமான அலகு வரைக்குமுள்ள இடைப்பட்ட அளவைச் சக்கரத்தின் ஆரம் எனலாம். வட்ட வடிவ சக்கரத்தின் ஆரமாக அமையும் கால் போன்ற மரக்கட்டைகள் 'ஆரக்கால்கள்' என்று அழைக்கப்படுகின்றன. ஆரம்பத்தில் வெறும் கால்கள் என்றே அழைக்கப்பட்டு வந்த இவை வட்டம் முதலிய வடிவங்கள் பற்றிய தெளிவைப் பெற்ற பின்னர் இப்பெயரைப் பயன்படுத்தியிருக்கலாம் என்று கணிக்க முடிகிறது.

ஒரு சக்கரத்திற்கு 12 ஆரக்கால்கள் உள்ளன. ஒவ்வொரு ஆரக்காலும் 22 அங்குலம் நீளமுடையது. இதில் 3 அங்குலம் அளவு குடத்தின் உட்பகுதியில் செருகப்படும்.

ஆரக்கால்கள் சொக்கலி மரம் அல்லது வாகை மரத்தினால் ஆனது.

இவற்றுள் சொக்கலி மரம் மிகவும் சிறப்பிற்குரியதாகக் கூறப்படுகிறது. சக்கரங்கள் உருளும் போது ஒருவித இனிய நாதத்தை ஆரக்கால்கள் ஏற்படுத்தும். தொலைவில் வண்டிவரும்போதே சொக்கலி மரத்தினால் செய்யப்பட்ட ஆரக்கால்கள் என்பதை வண்டியெழுப்பும் இனிய ஓசையிலிருந்து அறிந்திடலாம் என்று தச்சர்கள் குறிப்பிடுகின்றனர்.

4. இரும்புப் பட்டை

சக்கரத்தின் மேல் விளிம்புப் பகுதி இரும்புப் பட்டையினால் மூடப்படுகிறது. சக்கரத்தின் வெளி வட்டத்தின் மேல் விளிம்பு என்று இதைக் குறிப்பிடலாம். இப்பகுதியே வண்டி உருளும் போது தரையைத் தொடும் பகுதி. மரப்பொருளின் தேய்மானத்தைத் தடுப்பதோடு வண்டியின் உருளும் வேகத்தையும் இரும்புப் பட்டை அதிகரிக்கிறது.

16 அடி 2 அங்குலம் நீள அளவிலும் 2 1/2 அங்குலம் அகலத்துடனும் அரையரைக்கால் அங்குலம் கனத்துடனும் (தடிமன்) முழு நீளக் கம்பியாக முதலில் வார்க்கப்படுகிறது.

பின்னர் இரும்புக் கம்பி வளையுந்தன்மையைப் பெற வெப்பப் படுத்தப்பட்டுக் கிடைமட்டமாக வைக்கப்படும். அடுத்தகாக சக்கரத்துடன் பொருத்தப்பட்டபின் குளிர்விக்கப்படுகிறது.

ஒரு மாதத்திற்குப் பின்னர், இரும்புப் பட்டை மரத்துடன் சரியாக இணைந்துள்ளதா என்பதைச் சோதித்து, பின்னரே பயன்படுத்தும் நிலையை அடைகிறது.

இந்த இரும்புப் பட்டை சக்கடா வண்டி எனப்படும் சாதாரண மாட்டு வண்டிக்கு அகலம் 2 அங்குலம், நீளம் 16அடி, கனம் 5/8 என்ற அளவிலும் கூண்டு மற்றும் ரேக்ளா வண்டிக்கு 1½ அங்குலம் அகலமும் 16 அடி நீளமும் 3/8 அங்குலம் கனம் என்றும் வரையறுக்கப்பட்டுள்ளது.

5. அச்சாணி

சக்கரத்தின் மையத்திலுள்ள குடத்தின் வெளிமுனையில் உள்ள துளையின் வழியாகத் தெரியும் வண்டியின் அச்சில் மேலிருந்து கீழாகச் செருகப்படும் இரும்பு ஆணி. இது வண்டியின் சாவி. இதுவே சக்கரத்தை இது வண்டியிலிருந்து கழண்டுவிடாமல் பாதுகாக்கிறது. இதனை அச்சாணி என்பர்.

'அச்சாணி இல்லாத தேர் முச்சாணும் ஓடாது' என்பது ஒரு சொல வடையாகும். அச்சாணி பொருத்தப்படாத சக்கரம் வண்டியை விட்டு விலகி உருண்டு தனியாக விழுந்து விடும் என்பதே இதன் பொருள்.

இந்த அச்சாணியில் பொருத்தப்பட்டிருக்கும் 'கடையாணி' என்ற சிறிய வளையம் சாவிக்கான பூட்டு போன்றது. இதனைக் கழற்றி விட்டால் அச்சாணி தானாகக் கீழே விழுந்து விடும். சாவியை

விழவிடாமல் தடுத்து நிற்கும் இந்தக் கடையாணி அளவில் சிறியதாயினும் முக்கியமானதாகும்.

இதன் முக்கியத்துவம் கருதியே நம் முன்னோர்கள் பேச்சு வழக்கில் 'கடையாணியைக் கழற்றி விடுவேன்' என்று கோபத்தில் கூறும் வழக்கம் உள்ளது.

8. வண்டியின் அடிப்பகுதி

வண்டியின் அடிப்பகுதி அல்லது கீழ்ப் பகுதியில் சில முக்கிய பகுதிகள் உள்ளன.

1. தெப்பக்கட்டை

இரு சக்கரங்களுக்கும் இடையே வண்டியின் அச்சை மறைத்து அமைக்கப்பட்டிருக்கும் ஒரு நீண்ட செவ்வக வடிவப் பெட்டி போன்ற அமைப்பே தெப்பக்கட்டை.

இதன் நீளம் 3½ அடி, அகலம் 14 அங்குலம், தடிமன் 6 அங்குலம் அளவிலுமாக அமைக்கப்படுகிறது.

அழகிய வேலைப்பாடுகளுடன் வடிவமைக்கப்படும் தெப்பக் கட்டை வண்டி உரிமையாளரின் இரசனை மற்றும் பொருளாதார வசதியைப் பொருத்து மெருகேற்றப்படும்.

வண்டியின் கீழ்ப்பகுதியில் இது அமையப் பெறுவதால் கீழ்த் தெப்பக்கட்டை எனவும் அழைக்கப்படுகிறது. இதில் வண்டி உரிமை யாளரின் பெயரைப் பொறித்துக் கொள்வர். சில வண்டிகளில் வடிவமைத்த கலைஞரின் பெயரையும் பொறித்துக் கொள்வர். சிலர் தம் குலதெய்வத்தின் பெயரையோ உருவத்தையோ பொறித்து வைப்பதுண்டு.

2. வண்டியின் அச்சு

இரண்டு சக்கரங்களுக்கும் இடையே தெப்பக்கட்டையின் வழியாக அமைக்கப்படும் வண்டியின் அச்சு இரும்பினாலானது.

இந்த அச்சு சக்கடா வண்டிக்கு 2X2 சதுரத்திலும் 5 அடி நீளத்திலும் அமைக்கப்படுகிறது.

கூண்டு மற்றும் ரேக்ளா வண்டிகளுக்கு 1X1 சதுரத்திலும் 5 அடி நீளத்திலும் உருவாக்கப்படுகிறது.

3. உணவு வலை

வண்டியின் அடிப்பகுதியில் மாடுகளுக்குத் தேவையான உணவை வைப்பதற்கென்று வலை போன்ற பை இணைக்கப்படுகிறது. இது தொலை தூரம் செல்ல வேண்டிய தருணங்களில் பயன்படுத்தப்படுகிறது. மற்ற நேரங்களில் இணைக்கப்படுவதில்லை. இதில் வைக்கோல், புல் போன்ற மாட்டுக்குத் தேவையான உணவுப் பொருட்கள் இருக்கும்.

4. அரிக்கேன் விளக்குகள்

இரவு நேரங்களில் மாட்டு வண்டிகளில் பயணிப்பவர்கள் வெளிச்சத்திற்காக அரிக்கேன் விளக்கை வண்டியில் இரு மாடுகளுக்கு இடையில் தொங்கவிட்டிருப்பர். மண்ணெண்ணெயை எரிபொருளாகக் கொண்டு எரியும் இவ்விளக்கைத் தொங்கவிட வளையம் பொருத்தப் பட்டிருக்கும்.

5. வண்டியில் ஏறும் படி

கூண்டு வண்டிகளில் பின்பக்க வழியாக உள்ளே ஏறுவதற்கென்று கால் மிதித்து ஏறுவதற்கு வசதியாக உலோகத்தால் அல்லது மரத்தாலான படி வடிவமைக்கப்பட்டிருக்கும்.

9. வண்டியின் மேற்பகுதிகள்

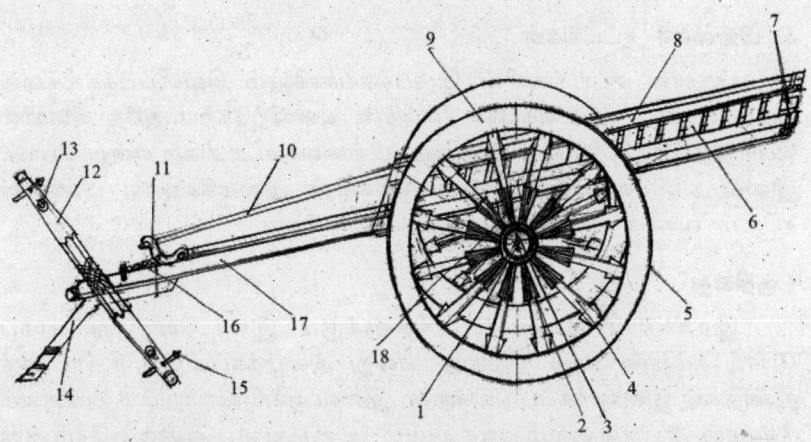

1. குடம் 2. இரும்பு அச்சு 3. அச்சு ஆணி 4. கால் 5. இரும்புப் பட்டை
6. மேல் சட்டம் குறியது 7. பிள்ளைச் சட்டம் 8. பிரதான சட்டம்
9. சக்கரம் அலகு 10. பக்கவாட்டுச் சட்டம் 11. சைடுமேல் (போல்) மடிப்பு
12. நுகம் 13. வரியம் 14. தாங்கு கட்டை 15. நுகக்குச்சி
16. போல் சங்கிலி 17. போல் 18. தெப்பக்கட்டை

வண்டியின் மேல்பகுதியில் அமைக்கப்படும் அதன் பகுதிப் பொருட்கள் வண்டிக்கு அழகிய வடிவமைப்பைத் தருகின்றன.

1. போல் கம்பு : (நடுக்கம்பு)

வண்டியின் மேல்பரப்பில் வண்டியின் மொத்த அகலப்பகுதியின் நடுப் பகுதியில் 16 அடி நீளத்தில் நீளமான ஒரு மரக்கட்டை பொருத்தப் படுகிறது. இதனைப் போல் கம்பு என்கின்றனர். இந்தப் போல் கம்பின் நீளமே வண்டியின் நீளமாக அமைகிறது.

போல் கம்பு கோங்குமரம் அல்லது தேக்கு மரத்தினால் செய்யப்படுகிறது.

2. பிரதான சட்டம் : (மேல் சட்டம்)

வண்டியின் நடுவில் அமைக்கப்படும் போல் கம்பில் இருபுறமும் பொருத்தப்படும் கம்பிற்குப் பிரதான சட்டம் அல்லது மேல்சட்டம்

என்று பெயர். இச்சட்டம் போல் கம்பின் பின்புற எல்லையிலிருந்து சக்கரங்கள் வரையிலான நீளம் வரை பொருத்தப்பட்டிருக்கும் 8 அடி நீளத்திலும் 3 அடி அகலத்திலும் இது அமைக்கப்பட்டிருக்கும். பிரதான சட்டம் வாகைமரத்தாலானது.

3. பிள்ளைச் சட்டங்கள்

பிரதான சட்டங்களின் இருபக்கங்களிலும் வெளிப்பக்கங்களை ஒட்டி பிரதான சட்டங்களின் நீளத்தின் அளவிற்கேற்ப அதே அளவில் பொருத்தப்பட்டிருக்கும். இதற்குப் பிள்ளைச் சட்டங்கள் என்று பெயர். இவை தான் வண்டியின் ஓரப்பகுதிகளாக அமைகின்றன. பிள்ளைச் சட்டம் வாகை மரத்தினால் செய்யப்படுகிறது.

4. குறியது

இரண்டு பிரதான சட்டங்களுக்கும் இடையே குறுக்காகப் போல் கம்பின் மேல் 'குறியது' என்று அழைக்கப்படும். சிறிய மரத் துண்டுகள் இணைக்கப்படுகின்றன. இவை ஒவ்வொன்றும் 8 அங்குலம் நீளமும் 2 அங்குலம் அகலமும் உடையன. ஒன்றையொன்று ஒட்டாமல் சீரான இடைவெளிகளில் அமைக்கப்படும். இவை வண்டியின் மேல் பொருட்கள் ஏற்றப்படும் போது, அப்பொருட்கள் கீழே விழுந்துவிடாதபடி சுமக்கின்றன. வண்டிக்குச் சீரான தோற்ற அமைப்பை இவை தருகின்றன.

இவை வாகை மரத்தினால் செய்யப்படுகின்றன. ஒரு வண்டிக்கு 13 குறியதுகள் போதுமானதாக உள்ளன.

5. ஊன்றுக் கம்புகள்

வண்டியின் ஓரப்பகுதிகளான இரு பக்கங்களிலும் அமைக்கப் பட்டிருக்கும் பிள்ளைச் சட்டத்தில் துளைகள் இடப்பட்டு அதிலிருந்து மேல் நோக்கி நிற்கும் வகையில் ஒரு பக்கத்திற்கு 6 மரக்கம்புகள் நட்டு வைக்கப்படுகின்றன. இவை வாகை மற்றும் விடத்தலை மரக் கம்புகளில் அமைக்கப்படுகின்றன.

இக்கம்புகள் ஊன்ற வைக்கப்படுவதால் ஊனிக் (ஊன்றிக்) கம்புகள் என்றும் அழைக்கப்படுகின்றன. இவற்றின் உதவியுடன் தான் வண்டிகளின் மேல் கூண்டுகள் அமைக்கப்படுகின்றன.

வண்டிகளில் பாரம் ஏற்றிச் செல்லும் போது கீழே சரிந்து விழாமல் இருக்கவும் பக்கவாட்டில் அடைப்புகள் ஏற்படுத்தவும் இந்த ஊன்றுக் கம்புகள் உதவுகின்றன.

10. வண்டியின் முன்பகுதி

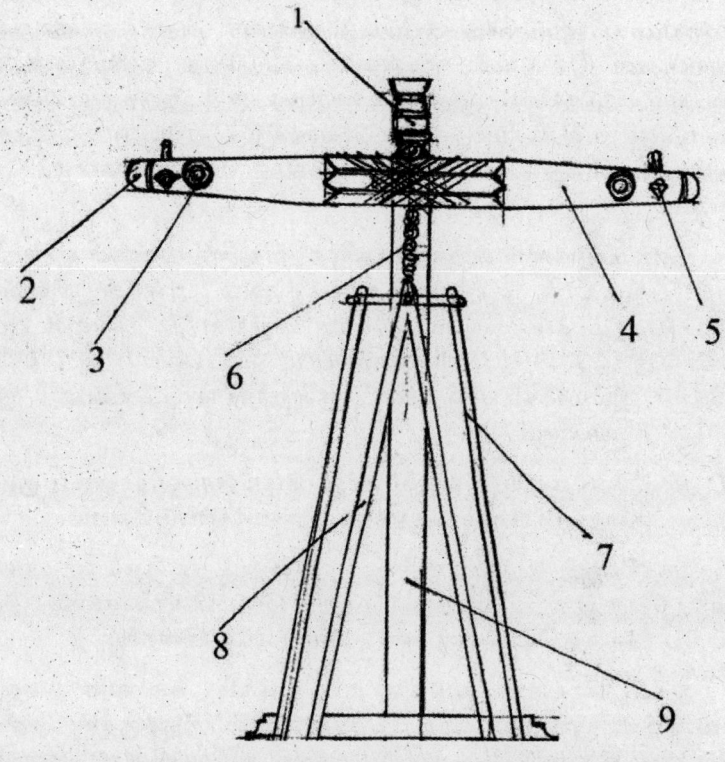

1. தாங்கு கட்டை 2. நுகப்பூண் 3. நுகம் வளையம்
4. நுகம் 5. நுகக் குச்சி 6. மேல் வளையம் 7. இரும்பு சைடு பிடிக் கம்பு
8. இரும்புக் கம்பு 9. போல்

பிரதானச் சட்டம் மற்றும் பிள்ளைச் சட்டங்களின் முனைப் பகுதியில் அதாவது வண்டி ஓட்டுபவரின் இருக்கையிலிருந்து மாடுகள் பூட்டப்படும் நுகம் வரையிலான பகுதியை முன்பகுதியாகக் கொண்டால், இதில் பக்கவாட்டுப் பிடிப்புகள், நுகம், நுகக்குச்சி, தாங்குக்கட்டை ஆகியவை உள்ளடங்கியுள்ளன.

1. நுகம்

மாட்டு வண்டியில் அதை இழுத்துச் செல்லும் மாடுகளே முக்கிய இடம் பெறுகின்றன. மாடுகள் பூட்டப்படும் முகப்பு பகுதி, நீண்ட கம்பு நுகம் எனப்படுகிறது. இந்த நுகம் மாடுகளின் மேல் கழுத்தில் வைக்கப்பட்டு வண்டியோடு இணைத்துக் கட்டப்படும்.

5 ½ x 5 ½ அங்குலச் சதுர வடிவில் அகலமும் 6 அடி நீளமும் கொண்ட கட்டை செதுக்கப்பட்டு பின்னர் அது உருண்டையாக சிராய்ப்புகள் இல்லாமல் வடிவமைக்கப்படுகிறது. வண்டியின் முழு எடையும் மாடுகளின் கழுத்தில் உணரப்படாமல் இருக்கும் வகையில் வண்டியின் உயரம் மாடுகளின் உயரத்திற்கு ஏற்ப வடிவமைக்கப் படுகிறது. அல்லது வண்டிகளின் உயரத்திற்கு ஏற்ப மாடுகளைத் தேர்வு செய்வர்.

நுகம் மாடுகளின் கழுத்தில் அழுத்துவதனால் புண்கள் ஏற்படவும் வாய்ப்புள்ளதால் மருத்துவக்குணமிக்கதும் புண்கள் விரைவில் ஆறிப்போகும் தன்மையுடையதுமான மஞ்சணத்தி, புன்னை ஆகிய மரங்கள் இதற்கென்றே தேர்வு செய்யப்பட்டுப் பயன்படுத்தப்படுகிறது. அதோடு இம்மரக்கம்புகள் எடை குறைந்ததாகவும் உள்ளது இதன் கூடுதல் சிறப்பாகும்.

நுகத்தின் மையப் பகுதி சற்று தடிமனாகவும் ஓரப்பகுதிகள் தடிமன் குறைந்ததாகவும் செதுக்கிச் சீரமைக்கப்படுகின்றன.

நுகத்தின் இருபக்கங்களின் முனைகளிலும் நுகப்பூண்கள் உள்ளன. இவை பெரும்பாலும் பித்தளை மற்றும் இரும்பினாலானவை. இவை அழகிய வேலைப்பாடுகளுடன் அமைக்கப்படுகின்றன.

நுகப்பூண்களை அடுத்து உள் பக்கம் அதாவது நுகத்தின் முனையில் இருந்து ஓரடி தொலைவில் நுகக்குச்சி அல்லது நோக்காகுச்சி எனப்படும் அம்பு போன்ற அமைப்பினால் ஆன குச்சி செருகுவதற்குத் துளையிடப்பட்டிருக்கும் இதனுள் இக்குச்சி செருகப்படும். இதனால் மாடுகள் தமக்குரிய இடத்தில் இருந்து நகர்ந்து வெளியில் வராமல் தடுக்க இந்த நுகக்குச்சி பயன்படுகிறது.

2. தாங்குக் கட்டை

நுகத்தின் மையப்பகுதியில் அமைக்கப்படும் தாங்குக்கட்டை வண்டியை நிலத்தில் ஊன்றி நிற்கப் பயன்படுத்தப்படும் உறுதியான கட்டையாகும். இது பல்வேறு அழகிய வேலைப்பாடுகளுடன் வடிவமைக்கப்படுகிறது.

தாங்குக்கட்டை வை என்னும் மரத்தினால் செய்யப்படுகிறது. இது 2 அல்லது 2 ½ அடி நீளத்தில் அமைக்கப்படும்.

3 பக்கவாட்டுக் கம்புகள்/கம்பிகள் :

வண்டியோட்டி அமரும் போல் கம்பின் முன்பக்கப்பக்கவாட்டில் கம்புகள் அல்லது கம்பிகள் அமைக்கப்பட்டுள்ளன. இவை பெரும் பாலும் பாரம் சுமக்கும் சக்கடா வண்டிகளில்தான் அமைக்கப் படுகின்றன. இவை வண்டிகளுக்கு உறுதியையும் எடை அதிகரிப் பினால் வண்டி நடுநிலைமையை (Balance) இழக்காமல் இருக்கவும் இணைக்கப்படுகின்றன.

11. சக்கடா வண்டி

எளிய அமைப்பிலான இவ்வண்டி மாட்டு வண்டிக்கான அடிப்படை கட்டமைப்புடன் வண்டியின் இரு புறங்களிலும் பலகைகள் அடிக்கப்பட்டு மேல் பகுதி திறந்த நிலையில் இருக்கும். சில வண்டிகளில் வண்டியின் இருபுறமும் கட்டைகளுக்குப் பதிலாக, தென்னை ஓலைகளால் முடையப்பட்ட தென்னந் தட்டிகள் தடுப்பாக ஊன்று கம்புகளுடன் இணைத்துக் கட்டப்பட்டிருக்கும்.

பனைமரங்கள் அதிகம் உள்ள பகுதிகளில் பனை ஓலைகளை இலாவகமாக இணைத்துக் கட்டி வைத்தும் பயன்படுத்தி உள்ளனர்.

இதை மொட்டை வண்டி, பாரவண்டி என்ற பெயர்களாலும் அழைப்பர்.

தென்மாவட்டக் கிராமங்கள் சிலவற்றில் புளியமரத்தின் விளாரு களை (வளையும் தன்மை கொண்ட குச்சிகள்) கொண்டு பின்னப்பட்ட நீண்ட தட்டிகளைத் தடுப்புப் போல் கட்டி வைப்பதும் உண்டு.

இந்தத் தடுப்புகள் வண்டிக்குள் வைக்கப்படும் பொருட்கள் (பாரம்) கீழே விழாமல் இருப்பதற்காகவே அமைக்கப்பட்டன.

இதில் ஒற்றை மாட்டு வண்டி, இரட்டை மாட்டு வண்டி என்று இரண்டு வகை இருந்தன. ஒரு மாட்டினைக் கொண்டு இழுக்கப்படும் வண்டி ஒற்றை மாட்டு வண்டி. அதற்கேற்ப ஒருசில மாற்றங்களுடன் இவ்வண்டிகள் அமைக்கப்பட்டிருந்தன.

இரட்டை மாடுகள் பூட்டப்பட்ட இரட்டை மாட்டு வண்டிகள் அதிக அளவு பாரத்தை இழுக்கும் திறனுடையன. இவ்வண்டிகள் பொருட்களை ஏற்றிச்செல்வதற்காகப் பயன்படுத்தப்பட்டாலும் சில வேளைகளில் சாமானிய மக்கள் தங்கள் பயணத்திற்கும் இதனையே பயன்படுத்தினர். அலுங்கல் குலுங்கலுடன் பயணம் இருந்தாலும் மக்கள் அதனையும் இரசித்தே பயணித்தனர். இதன் குலுங்கும் தன்மைக்கு ஏற்ப அதில் பயணிக்கவும் கற்றுக் கொண்டனர்.

பயணத்திற்காகச் சக்கடா வண்டியைப் பயன்படுத்தும்போது வெயில் அல்லது மழை தாக்காமல் இருக்க, வண்டியின் மேல் பகுதியில் கூண்டு அமைத்துப் பயணித்தனர்.

இத்தகைய கூண்டுகளைச் சிலர் அதற்கென்றே வண்டியின் அளவிற்கு ஏற்ப சரியான அளவு முறைகளோடு நேர்த்தியாக வடிவமைத்து, கூண்டுகளைத் தயாரித்துக் கொள்கின்றனர். இந்தக் கூண்டைப் பயணத்தின் போது வண்டியில் இணைத்துக் கொண்டு பயணிப்பர், மற்ற நேரங்களில் அதனைக் கழற்றி அதற்கென்று அமைக்கப்பட்ட சிறிய கூடாரத்தில் வைத்துப் பராமரித்தனர்.

இவ்வகை சக்கடா வண்டியினைக் 'கூண்டு சக்கடா வண்டி' என்பர். பெரும்பாலானோர் தற்காலிகமாக மேல்பகுதியை மறைக்க தென்னந்தட்டிகளை வளைத்து ஊன்று கம்புகளுடன் இணைத்துக் கட்டி கூண்டாக்கிப் பயன்படுத்தினர்;. கூரை போன்ற இந்தக் கூண்டுகள் வெயிலையும் மழையையும் தவிர்த்துப் பயணிக்க உகந்ததாக இருந்தது.

பயணிப்பதற்கு ஏற்றவிதமாக வண்டியில் வைக்கோல்கள் பரப்பி அதன் மீது துணிகள் விரித்து அமர்ந்து கொள்வர். ஒரு சக்கடா வண்டியில் நெருக்கடி இன்றி 12 பேர் வரையும், சற்று நெருக்கடியுடன் 16 பேர் வரையிலும் அமர்ந்து செல்வதுண்டு. மூடைகளை ஏற்றிச் செல்லும் போது மூடைகளின் மீது அமர்ந்து செல்வதும் உண்டு.

பொருட்களை ஏற்றிச்செல்லும் போதும் தேவைப்படுமானால் மேல் கூண்டை அமைத்துச் செல்வோரும் உண்டு. குறிப்பாக, விளைபொருட்களான காய்கறிகளைச் சந்தைக்குக் கொண்டு செல்லும் போதும், கருப்புக்கட்டி, மாவுப்பொருட்கள் போன்றவற்றை விற்க அதற்கான இடங்களுக்கு வெகு தொலைவிற்குக் கொண்டு செல்லும் போதும் மேற்கூண்டுகளை அமைத்தே பயன்படுத்தியுள்ளனர்.

ஆனால், பெரும்பாலும் சக்கடா வண்டிகளின் மேல்பகுதி திறந்த நிலையில் தான் பயன்படுத்தப்பட்டன.

12. கூண்டு வண்டி அல்லது கூட்டுவண்டி

பாரம் இழுத்துச் செல்லப் பயன்படுத்தப்பட்ட சக்கடா வண்டி தான் கூண்டு வண்டி அல்லது கூட்டு வண்டி என்று அழைக்கப் பட்டது.

அதிகமான அலுங்கல், குலுங்கலுடன் செல்லும் சக்கடா வண்டியில் உட்புறம் அமருவதற்கு ஏற்றாற்போல வைக்கோலை ஒரே சீராகப் பரப்பி அதன் மேல் துணிகளை விரித்து அமர்ந்து பயணித்தனர்.

காய்கறிகள், கருப்புக்கட்டி, உரம் போன்றவற்றை எடுத்துச் செல்லும் போதும் கூடார வண்டிகளையே அதிகமாகப் பயன்படுத்தினர்.

திருவிழாக்க்ள் மற்றும் குலதெய்வ வழிபாடு போன்றவற்றிற்குச் செல்லும் போது, வண்டியைத் தயார் செய்து முழுக் குடும்பமும் இதில் பயணித்துச் செல்வர். அன்றைய காலக்கட்டங்களில் பாவைக்கூத்து,

கரகாட்டம், வில்லுப்பாட்டு போன்ற நாட்டார் நிகழ்த்துக் கலைகள் நடைபெறும். இவை நிகழும் கிராமங்களுக்குச் சென்று அவற்றைப் பார்ப்பதற்காகவும் இவ்வண்டிகளில் பலர் இணைந்து மகிழ்ச்சியாகச் சென்று வருவர்.

இத்தகைய கூத்துகள் இரவு நேரங்களில் தான் நடைபெற்றன. எனவே அக்கூத்துக்கள் நடைபெறும் குறிப்பிட்ட இடத்தில் நிறுத்தப் படும் வண்டிகளில் அமர்ந்தவாறே வேடிக்கை பார்ப்பர். அதோடு அவ்வண்டி படுத்துறங்கும் இடமாகவும் விளங்கியது.

திருவிழாக்களில் முக்கிய இடம் வகித்த குதிரைப் பந்தயம், கும்மிப் பாட்டு போன்றவற்றைக் கண்டுகளித்திடவும், இத்தகைய மாட்டு வண்டிகள் மக்கள் நின்று பார்ப்பதற்கு ஏற்ற உயரமான சாதனமாகவும் பயன்பட்டது. திருவிழாக்களுக்குச் செல்லும் போது வண்டி மாடுகளுக்குத் திருநீறு பூசி மாலைகள் போட்டு வண்டிகளில் பூட்டும் வழக்கம் இருந்தது.

வண்டி, உரிமையாளர்களின் சமூக உயர்நிலையினை உயர்த்திக் காட்டும் பொருளாகவும் பயன்பட்டன. மக்கள் மாட்டு வண்டிகளில் ஏறி நின்று பந்தயம் மற்றும் தேரோட்டம் நிகழும் போதும் பிற சமயச் சடங்குகளை வேடிக்கை பார்க்கவும், திருவிழாக்காலங்களில் பெரும் உதவியாக இருந்தன. இதனால் திருவிழாக்காலங்களில் தங்களுக்கு வசதியான இடங்களில் வண்டியை நிறுத்திக்கொள்ள முன்கூட்டியே அவ்விடங்களுக்குச் செல்ல முற்படுவர்.

வெகு தூரப்பயணமாக அமைந்தால் இடையில் மாடுகளின் நடை த்ளரத் துவங்கும். மாடுகள் சுமார் எட்டு முதல் பத்து கிலோ மீட்டர்கள் வரை பார வண்டியை இழுத்துச் செல்லவல்லது. எனவே, தங்கள் மாடுகளின் இழுக்கும் திறனுக்கேற்ப குறிப்பிட்ட இடங்களில் நிறுத்தி, மாடுகளுக்கு ஓய்வு கொடுத்து, உணவளித்து, பின்னரே மீண்டும் பயணத்தைத் தொடர்வர்.

மாடுகள் இளைப்பாறும் நேரம் வண்டியோட்டியும் கண்ணயர்வது இயல்பு. அந்நேரம் கள்வர்களால் வண்டி கடத்தப்படாமல் இருக்க, வண்டியின் கடையாணியைக் கழற்றி, தங்கள் அருகில் பத்திரமாக வைத்துவிட்டு உறங்குவதுண்டு.

வண்டித் தடங்களில், இத்தகைய நெடுந்தொலைவுப் பாதைகளில் குறிப்பிட்ட தொலைவுகளுக்கிடையே மாடுகள் நீர் அருந்திட வசதியாக, முக்கிய சந்திப்புகளில் நீர்த்தொட்டிகள் இருந்துள்ளன.

13. வில்வண்டி

போக்குவரத்திற்காகவே வடிவமைக்கப்பட்டது வில்வண்டி யாகும். சக்கடா வண்டியின் அமைப்பிலிருந்து சற்றே மாறுபட்ட முறையில் இது வடிவமைக்கப்பட்டது. மக்கள் அமர்ந்து பயணிக்க ஏற்ற விதமாக, கரடு முரடான பாதைகளில் வண்டி ஓடும் போது ஏற்படும் குலுங்கல்களைக் குறைக்கும் விதமாக வில் வண்டியின் உள்ளமைப்பு வடிவமைக்கப்பட்டது.

வில்வண்டியின் அச்சின் இரண்டு ஓரப்பகுதிகளிலும் இரும்புப் பட்டைகள் இணைக்கப்பட்டிருப்பதால் இவை வண்டியில் ஏற்படும் அதிர்வுகளைக் குறைக்கும் தன்மையுடையதாகச் செயல்படுகின்றன.

இன்றைய வாகனங்களில் குலுங்கல்களைக் குறைக்கப் பயன் படுத்தப்படும் (Spiring)வில் போன்ற அமைப்பை, அக்காலத்தில் நம் முன்னோர்கள் கையாண்டுள்ளனர்.

இந்த வில் அமைப்பினால் தான் இந்த வகை மாட்டுவண்டி வில் வண்டி எனப்பட்டது, எல்லா வில் வண்டிகளிலும் மூங்கிலால் ஆன கூண்டுகள் வடிவமைக்கப்பட்டிருக்கும், பிரம்பை வில் போன்று வளைத்து வண்டியோடு இணைத்து வைக்கப்பட்டிருப்பதால் அதற்கு வில் வண்டி என்று பெயர்பெற்றதாகவும் கூறுவர்.

இதில் 4 பேர் நெருக்கடியின்றிப் பயணிக்கலாம், இட நெருக்கடியைப் பொருட்படுத்தாமல் 6பேர் வரை பயணிப்பதும் உண்டு.

கரடு முரடான கிராமச் சாலைகளில் வண்டி செல்லும் பொழுது ஏற்படுத்தும் அதிர்வைத் தவிர்க்க, வண்டியின் மேல் பகுதியில் வைக்கோலைப் பரப்பி, அதன் மீது கோணி சாக்கை விரித்து வைப்பர். சிலர் சாக்கின் மீது போர்வை அல்லது சமுக்காளத்தை விரித்து வைப்பதும் உண்டு. பொருள் வளம் படைத்த சிலர் அமரும் பகுதிக்கு ஏற்ற அளவில் மெத்தை தயாரித்து வைத்திருப்பதும் உண்டு. இருந்த போதிலும் வண்டி குலுங்கும்போது பக்கவாட்டில் மோதி முதுகு வலி ஏற்படாமலிருக்க செல்வந்தர்களும் உயர் அதிகாரிகளும் தலையணையை, முதுகிற்கும் கூண்டின் உட்பகுதிக்கும் இடையே வைத்து அதில் சாய்ந்து கொள்வர்.

மேற்கூறிய விரிப்பு, தலையணை என்பன அவர்களின் பொருளியல் நிலையையும் சுக வாழ்வையும் எடுத்துக்காட்டுவனவாம்.

பெரும்பாலும் சமுதாயத்தில் ஓரளவு வசதி வாய்ப்புள்ளவர்களின் வீடுகளில்தான் வில்வண்டிகள் பயன்படுத்தப்பட்டன.

வில் வண்டிகள் பல்வேறு தரத்துடன் காணப்பட்டன. இன்றைய காலக்கட்டங்களில் விலை உயர்ந்த கார்கள் (Car) உரிமையாளரின் தரத்தை வெளிப்படுத்துவது போல, வில்வண்டிகளின் தரம் அவ்வண்டி உரிமையாளரின் செல்வாக்கிற்கு ஏற்ப வடிவமைக்கப்பட்டுத் தரமுள்ளதாகவோ அல்லது தரம் குறைந்ததாகவோ காணப்பட்டன. வண்டியின் அமைப்பை வைத்தே வண்டி உரிமையாளரின் சமூக உயர் நிலையைக் கணித்து விடும் அளவில் வண்டிகள் வடிவமைக்கப் பட்டன.

வண்டி உருவாக்கப் பயன்படுத்தப்பட்ட மரங்கள், அதில் பொறிக்கப்படும் அழகிய வேலைப்பாடுகள் ஆகியனவும் விலைக் கேற்ற தரும் கொண்டவையாக விளங்கின.

ஆகவே, சமுதாயத்தில் தங்கள் செல்வச் செழிப்பை உயர்த்திக் காட்ட, போட்டியிடும் மக்கள் பிரிவினர், வண்டிகளில் : தங்கள் பணத்தை அதிகம் செலவிட்டு மெருகேற்றிக் கொண்டனர்.

குறிப்பாக ஜமீன்தார்கள், பண்ணையார்கள் (பெருநிலக்கிழார்கள்) போன்றோர்கள், வில்வண்டிகளைச் செல்வச்செழிப்பின் அடையாளமாகக் காட்டிக்கொள்ளும் அளவிற்கு முக்கியத்துவம் கொடுத்தனர்.

வெகு தொலைவில் கண்காணாத தொலைவில் இருந்து வந்து கொண்டிருக்கும் வண்டியின் ஓசையை வைத்தே ‘இன்னார்’ இந்த ஜமீன் வருகிறார் என்று மக்கள் துல்லியமாகக் கணித்து விடுவார் களாம். வண்டிகளில் பயன்படுத்தப்படும் மரங்களின் தன்மைக்கேற்ப வண்டியின் ஒலியில் மாற்றம் ஏற்படும். இதனைக் கொண்டு வண்டி வேறுபாட்டைக் கண்டறிந்தனர்.

பெரும் நிலக்கிழார்களாக விளங்கியோர், அரசுப் பணியாளர்கள், ஜமீன்தார்கள், ஊர்த் தலைவர்கள் போன்ற் சமுதாயத்தின் பெரிய மனிதர்களிடம் வில்வண்டிகள் இருந்தன.

மிகவும் வசதி படைத்தோர்களது வீடுகளில் ஒன்றுக்கும் மேற்பட்ட வண்டிகள் இருந்தன. குறிப்பாக, பண்ணையார்கள் ஜமீன்தார்கள் போன்றோர் பல வண்டிகளை வைத்திருந்தனர்.

இவற்றைப் பல்வேறு காரியங்களுக்குப் பயன்படுத்தினர். சமூக உயர்மதிப்பில் தங்களுக்கு இணையான அல்லது மேல்மட்டத்தில் உள்ளவர்களைச் சந்திக்கச் செல்லும் போது பயன்படுத்துவதற்கென்று தனி வில்வண்டிகளை வைத்திருந்தனர்.

அதைப்போலவே, அருகிலுள்ள கிராமங்களுக்குச் செல்லவும், தங்கள் சொந்தப் பணிக்கு அடிக்கடி செல்லும் இடங்களுக்கென்று பயன்படுத்திக் கொள்ளவும் தனி வில்வண்டிகளை வைத்துக் கொண்டனர்.

14. ரேக்ளா வண்டி

மாடுகள் மிக இலகுவாக இழுக்கத் தக்க வகையில் வடிவமைக்கப்பட்ட மாட்டுவண்டியே ரேக்ளா வண்டியாகும். இது வில் வண்டியின் அளவை விட சிறிய அமைப்பில் வடிவமைக்கப்படுகிறது. மிக வேகமாகச் சுழலும் படியாக இதன் சக்கரங்கள் உள்ளன. இருவர் மட்டுமே அமரும்படியான இருக்கை வசதியுடன் இவ்வண்டி அமைக்கப்படுகிறது.

போட்டியில் கலந்து கொள்ளும் நோக்கம் இன்றியும் ரேக்ளா வண்டி பயன்படுத்தப்படுவதும் உண்டு. குறைந்த அளவில் பொருட்களுடன் விரைவாகச் செல்வதற்கு இவ்வண்டியைப் பயன்படுத்துவர்.

பந்தயம்

தமிழகத்தில் இரட்டை மாட்டு வண்டிப் பந்தயமே பெரும்பாலும் நடைபெற்று வருகிறது. வீர விளையாட்டுப் போட்டிகளுள் மாட்டு வண்டிப் பந்தயமும் ஒன்று இதைத் தென் மாவட்டங்களில் ரேக்ளா பந்தயம் அல்லது 'ரேக்ளா ரேஸ்' என்று குறிப்பிடுகின்றனர்.

பந்தயம் நடத்த ஏற்ற இடவசதியுள்ள ஒரு குறிப்பிட்ட கிராமத்தில் பந்தயம் ஒழுங்கு செய்யப்படுகிறது. அக்கிராமம் அமைந்துள்ள பஞ்சாயத்து அமைப்புகளே இதனை நடத்தத் திட்டமிட்டுச்

செயல்படுத்துகின்றன. சில இடங்களில் தனியார் அமைப்புகளும் நடத்துகின்றன.

பந்தய வண்டிகள் (ரேக்ளா / Race)

மாட்டு வண்டிகள் மக்களின் நேரத்தையும் வேலைகளையும் மிச்சப்படுத்தியதோடு மக்களின் வாழ்க்கை முறைகளில் பெருத்த மாறுதல்களையும் ஏற்படுத்தியது. தூரம் கடத்தல் என்பதை மிகவும் எளிமையாக்கியது. வாணிபத்தைப் பெருக்கியது. மக்கள் தம் உறவினர்களை, அண்டை ஊராரை, மிக விரைவில் சந்திக்கும் வாய்ப்பைப் பெற்றனர். இதனால் இயற்கையாகவே சமூகத்தில் மகிழ்ச்சியான சூழல்கள் எழுந்தன. இதன் வெளிப்பாடாக, தங்கள் மகிழ்ச்சியை வெளிப்படுத்தும் நிகழ்வுகளை அதிகரிக்கத் துவங்கினர்.

வண்டிகளோடு ஒன்றித்த வாழ்க்கையின் வளர்ச்சி நிலையாக மாட்டு வண்டியும், அதனை இயக்கப் பயன்படுத்திய மாடுகளும் மனித வாழ்க்கையின் அங்கமாக மாறின. செய்யும் தொழிலே தெய்வம் என்ற மனப்பாங்குடைய சமூகமானதால், ஆண்டு முழுவதும் உழைக்கும் மாடுகளை மையமாகக் கொண்ட மாட்டு வண்டி களுக்கிடையேயான ஓட்டப்போட்டிகள் நடத்தப்பட்டு, அதில் வெற்றி பெறும் மாட்டு வண்டிகளுக்குப் பரிசும் அளிக்கப்பட்டது. மாடுகளோடு வண்டி உரிமையாளரும் கௌரவிக்கப்பட்டனர்.

ஆரம்ப காலக் கட்டங்களில், மக்கள் தங்கள் பயன்பாட்டிற் சென்று வைத்திருந்த வண்டிகளைக் கொண்டு தங்கள் விவசாய நிலப்பகுதிகளில் போட்டிகள் நடத்தினர். குறிப்பிட்ட தொலைவை முதலில் கடக்கும் மாட்டு வண்டிக்குப் பரிசளிக்கப்பட்டது.

தொடர்ந்து இத்தகைய போட்டிகளை நடத்தி மகிழ்ந்து வந்த மக்கள் பின்னர் முக்கிய திருவிழாக்கள் போன்றவற்றிலும் மாட்டு வண்டிப் போட்டிகளை நிகழ்த்தினர்.

பொழுது போக்கு நிகழ்வுகள் அதிகம் இல்லாத அக்காலக் கட்டங்களில், மக்கள் ஒன்று கூடும் திருவிழாக்கூடங்களில் நடத்தப் பட்ட இப்போட்டி பெரும் எதிர்பார்ப்பையும் மகிழ்ச்சியையும் அளித்தது.

பல கிராமத்தவர்கள் ஒன்று கூடி, குல தெய்வ வழிபாடுகள் நடத்தினர். இது அக்காலகட்டங்களில் மிகவும் சிறப்பாக நடை பெற்றது.

1970களிலெல்லாம் தமிழகத்தில் பெரும்பாலும் மாட்டுவண்டிகள் இத்தகைய திருவிழாக் காலங்களில் பெரும் எண்ணிக்கையில் பல கிராமங்களில் இருந்து வந்து அணிவகுத்து நிற்பது கண் கொள்ளாக் காட்சியாக இருந்தது.

இக்காலச்சூழலில் மாட்டு வண்டிப்பந்தயங்கள் மக்களிடையே மிகுந்த வரவேற்பைப் பெற்றன. பின்னர் இப்போட்டிகளுக்கென்று பல்வேறு விதி முறைகளும் ஏற்படுத்தப்பட்டன. போட்டிகளுக் கென்றே பல்வேறு மாற்றங்களுடனான வண்டிகள் தயாரிக்கப்பட்டன. அதற்கென்றே பிரத்யேகமாக மாடுகள் திட்டமிட்டு வளர்க்கப்பட்டன.

மாடுகள் எளிதில் இழுக்கத்தக்க வகையில் அவற்றின் வடிவமைக்கப்படும் இவ்வண்டிகள் அமைப்பைப் பொருத்து இரண்டு வகைகளாகக் காணப்படுகின்றன. அடக்கப்படுகின்றன. அவை;

1. ஒற்றைப்போல் வண்டி

சிறிய தட்டு : சிறிய அளவிலான வண்டிகள்.

2. இரட்டைப்போல் வண்டி

பெரிய தட்டு : இவ்வகை வண்டிகள் அளவில் பெரியவை.

15. பந்தய முறை

தமிழகத்தில் ரேக்ளா வண்டி, இரட்டை மாட்டு வண்டிப் பந்தயம் நடைபெற்று வருகிறது.

1. குறிப்பிட்ட அளவு தூரத்தை முதலில் கடந்து திரும்பி வந்தடையும் காளைகள் வெற்றி பெறுகின்றன இது ஒருவகை.
2. குறிப்பிட்ட தொலைவை மிகக் குறைந்த நேரத்தில் கடக்கும் காளைகள் வெற்றி பெற்றனவாகத் தேர்வு செய்யப்படுகின்றன இது மற்றொரு வகை.

பொங்கல் விழா, மற்றும் கிராமப் பெண் தெய்வ வழிபாட்டு விழா ஆகியவற்றை ஒட்டியே இவ்விருவிதமான போட்டிகளும் நடைபெறுகின்றன.

பந்தயத்தில் கலந்து கொள்ளும் ஒவ்வொரு வண்டியிலும் இரண்டு பேர் பொறுப்பாளர்களாக இருக்கின்றனர், ஒருவர் உரிமையாளர், மற்றொருவர் உதவியாளர். வண்டியை இலக்கை நோக்கி ஓட்டுபவராக வண்டியின் மீது உரிமையாளர் அமர்ந்திருப்பார். உதவியாளர் வண்டியை இழுத்துச் செல்லும் காளைகளைத் துரத்தியபடியே ஓடி வருவார். இருவரது சாமர்த்தியமான உந்துதலே மாடுகளின் வேகத்தை அதிகரிக்கச் செய்யும்; ஏற்கனவே இவர்களது பயிற்சியினால் பழக்கப்பட்ட காளைகள் இவர்களது மன ஓட்டத்தை உணர்ந்து தமது வேகத்தை அதிகப்படுத்தி இலக்கை அடைவதில் தீவிரம் காட்டும்.

மாட்டின் வேகத்தை அதிகப்படுத்த உற்சாகமான ஒலி எழுப்பியும், சில வேளைகளில் தார்க்குச்சியால் மாட்டின் பின்பகுதியில் குத்தியும் அதன் வேகத்தை அதிகப்படுத்துவர்.

பந்தயத்தில் கலந்து கொள்பவர்கள் குறிப்பிட்ட நுழைவுக் கட்டணம் கட்ட வேண்டும். கலந்து கொள்ளும் வண்டியின் எண்ணிக்கை களுக்கு வரையறைகள் இல்லை. இன்றைய காலச்சூழலில் பெரும்பாலும் குறிப்பிட்ட புறவழிச்சாலைப் பகுதிகளில் வருவாய்த் துறையினர் மற்றும் காவல்துறையினரின் அனுமதியுடனும் உதவி யுடனும் இப்போட்டிகள் நடைபெறுகின்றன.

பந்தயம் நடைபெறும் இடங்கள்

தமிழ்நாட்டில் அதிகமாகத் தென் பகுதியில் மாட்டு வண்டிப் போட்டிகள் நடைபெறுகின்றன. மதுரை மாவட்டத்தில் அவனியா புரம், தூத்துக்குடி மாவட்டத்தில் விளாத்திக்குளம், ஓட்டப்பிடாரம், திருநெல்வேலி மாவட்டத்தில் பணகுடி போன்ற இடங்களிலும் தொடர்ந்து நடைபெற்று வருகின்றன.

பந்தயம் திட்டமிட்டு நடத்தப்படும். இவ்விடங்களுக்குப் பல்வேறு மாவட்டங்களில் இருந்து தங்கள் பந்தய வண்டிகளுடன் வந்து போட்டிகளில் கலந்து கொள்கின்றனர்.

மதுரை, தஞ்சாவூர், திண்டுக்கல், தேனி, திருச்சி, கோயம்புத்தூர், சிவகங்கை, இராமநாதபுரம், ஈரோடு, கரூர் ஆகிய மாவட்டங்களில் இருந்தும் போட்டிகளில் பங்கு பெறுகின்றனர்.

பந்தயக் காளைகள்

பந்தயக் காளைகளுக்குக் குறிப்பிட்ட வகை மாடுகளே பிறந்தது முதல் இணையாக வளர்க்கப்படுகின்றன. ஒட்டங்காளை, காங்கேயம் போன்ற நாட்டு மாடுகளையே பெரும்பாலும் தேர்வு செய்கின்றனர். இதற்கென்றே பிற இனக்கலப்பற்ற மாடுகளின் கன்றுகளைத் தேர்ந் தெடுத்து வளர்க்கின்றனர்.

இணைபிரியாமல் வளரும் இக்கன்றுகளை ஒன்றாக மேய விடுகின்றனர். ஒரே இடத்தில் இவை அருகருகே கட்டப்படுகின்றன. இதனால் பந்தயத்திற்காக வண்டிகளில் இணைக்கப்படும்போது சிறந்த முறையில் பயிற்சி பெற ஏதுவாகிறது.

ஒன்றரை வயது முதல் இரண்டு வயதுக்குள் இவை வண்டியிழுக்கப் பழக்குவிக்கப்படுகின்றன. வண்டி இழுக்கப் பழகிய ஒரு இளங்காளையுடன் பழக்க வேண்டிய காளையை நுகத்தில் பூட்டி, தொழி வயலில் உழவின்போது ஏர்க் கலப்பையை இழுக்கப் பழக்கப் படுத்துவர். பின்னர் இவை இணையாக இலகுவான ‘ஒற்றைப்போல் தட்டு’ வண்டியில் பூட்டி இழுக்கப் பழக்குவிப்பர்.

முதலில் மிகவும் குறைந்த எடைகொண்ட சிறிய வண்டிகளில் இவ்விளங்கன்றுகளை இணைத்து இழுத்துச் செல்லப் பழக்குவிப்பர். பின்னர் குறிப்பிட்ட இடத்தைக் கடக்க, அதன் இயல்பான வேகத்தில் இழுத்துச் செல்லப் பழக்குவிக்கப்படும். தொடர்ந்து இத்தகைய பயிற்சி மாடுகளுக்கு அளிக்கப்படுகிறது.

காளைகளின் தரம்

பந்தயத்தில் ஈடுபடும் காளைகளை உயரத்தின் அடிப்படையில் நான்கு பிரிவுகளாக வகைப்படுத்துகின்றனர்.

1. பெரிய வகை மாடு

இதன் உயரம் 15 முதல் 17 பிடிவரை.

2. நடுத்தர மாடு

இதன் உயரம் 13 முதல் 15 பிடிவரை.

3. கரிச்சான் வகை மாடு

இதன் உயரம் 12 முதல் 13 பிடி வரை.

4. பூஞ்சிட்டு வகை மாடு

இதன் உயரம் 11 முதல் 12 பிடி வரை.

(ஒருபிடி என்பது ஏறத்தாழ 4 அங்குலம் ஆகும்)

மாடுகளின் இந்த வகைகளை வைத்தே பந்தயத் தூரம் முடிவு செய்யப்படுகின்றது. ஆயினும் வெவ்வேறு இடங்களில் இந்தத் தூர அளவுகள் மாறுபடுகின்றன.

பொதுவாக 1.பெரிய மாடுகள் 15 அல்லது 16 கி.மீ தூர அளவும், 2.நடுத்தர மாடுகள் 12 கி.மீ அளவும், 3. கரிச்சான் வகை மாடுகள் 10 கி.மீ அளவும், 4. பூஞ்சிட்டு மாடுகள் 7 கி.மீ என்ற தூர அளவும் நிர்ணயிக்கப்படுகின்றன.

உணவு முறை

பந்தய மாடுகளைச் சிறப்பான முறையில் பராமரிப்பர். வேகமாக வண்டியை இழுத்துச் செல்லும் வகையில் அவற்றின் உடலமைப்பு கட்டுப்கோப்பாக இருத்தல் அவசியம். எனவே ஊட்டச்சத்து மிக்க உணவு அவற்றிற்கு வழங்குவர்.

போட்டி ஆரம்பிப்பதற்குச் சுமார் மூன்று மாதங்களுக்கு முன்பிருந்தே உணவு முறைகளில் அதிகம் கவனம் செலுத்துவர்.

பயிற்சி நேரங்களில் எலுமிச்சை, பேரிச்சை, வெங்காயம், கருப்பட்டி, ஆகியவற்றை ஒன்றாகச் சேர்த்து இடித்து, கவளமாக்கி மாடுகளுக்கு ஊட்டுகின்றனர். இவ்வுணவு, மாடுகளின் ஆற்றலை அதிகரிப்பதோடு செரிமானத் தன்மையைச் சீர்படுத்தி, உடல் எடை அதிகரிக்காமல் சீராக

இருக்கச் செய்கிறது என்கின்றனர். இதைப் போல் இன்னும் சில மருந்துகளும் உணவாகக் கொடுக்கப்படுகின்றன.

பந்தய மாடுகளுக்கான உணவும் மருந்தும்

பந்தயத்தில் கலந்து கொள்ளப் பழக்குவிக்கப்படும் மாடுகள் ஆரம்பத்திலிருந்தே உடற்கட்டுக் கோப்பாகவும் சுறுசுறுப்பாகவும் இருக்கும்படி கவனிக்கப்படுகின்றன. இதனால் அவற்றின் உணவு முறைகள் மற்ற மாடுகளிலிருந்து மாறுபட்டே இருக்கும்.

பொதுவாக மற்ற மாடுகளைப் போல புல், வைக்கோல், பிண்ணாக்கு, பருத்திப்பால் போன்றவற்றை உணவாக உட்கொண்டாலும், மிக வேகமாக ஓட வேண்டும் என்பதற்காக உடலில் அதிகச் சதை வளர்ச்சிகள் இல்லாமல் மாடுகளின் கழுத்துப் பகுதி மற்றும் வயிற்றுப்பகுதிகளில் கொழுப்பு தேங்கி விடாமலும் இருக்க அதற்கான மருந்துகள் உணவாக அளிக்கப்படுகின்றன.

பந்தய நாட்களுக்கு முன்பு சில நாட்டு மருந்துகள் தயாரிக்கப் பட்டு மாடுகளுக்கு ஊட்டி விடுவர். இம்மருந்து தயாரிப்பதில் இடத்துக்கிடம் மாறுதல்களுடன் தயாரிக்கப்படுகின்றன. அந்தந்தப் பகுதிகளில் கிடைக்கப்பெறும் பொருட்களைக் கொண்டும் மற்றவற்றைச் சேர்த்தும் மருந்தாக்கிக் கொடுக்கின்றனர்.

பொதுவாக பணகுடிப் பகுதியில் கொடுக்கப்படும் ஒரு சிறப்பு வகை மருந்தாகப் புதியம்புத்தூர் திரு.செல்வராஜ் அவர்கள் குறிப்பிடுவது வருமாறு:-

ஓர் இணை பந்தய மாட்டிற்குத் தயாரிக்கப்படும் குடிமிளகு என்ற மருத்தின் செய்முறையைக் கீழ்க்கண்டவாறு கூறுகிறார்.

கடுகு	200 கி
திப்பிலி	200 கி
ஓமம்	200 கி
பூண்டு	200 கி
மஞ்சள்	25 கி
சிறிய வெங்காயம்	½ கி.கி
சுக்கு	200 கி
கருப்புக்கட்டி	½ கி.கி

கருப்புக்கட்டியைத் தவிர பிற மருந்துகளை நன்றாக அரைத்து அவற்றை 30 முதல் 35 உருண்டைகளாக உருட்டி வைத்துக்கொள்வர்.

பின்னர் அவற்றை மாடுகளுக்கு ஊட்டுவர். கடைசியாகக் கருப்புக் கட்டியையும் கொடுப்பர்.

இம்மருந்தைப் பந்தயம் நடப்பதற்கு 15 நாட்களுக்கு முன்னர் வழங்குவர். இதனால் மாடுகள் உடலில் எந்தவித நோய்களும் இன்றி சுறுசுறுப்புடன் இயங்கும் என்கின்றார், மாட்டுப் பந்தய வீரரான புதியம் புத்தூர் கிராமத்தில் வாழ்ந்து வரும் திரு. செல்வராஜ் என்பவர்.

பரிசுகள்

பந்தயத்தில் வெற்றி பெறும் மாடுகளைக் கௌரவிக்கும் வகையில் அவற்றின் கொம்புகளில் சால்வைகள் சுற்றப்பட்டுக் கரவொலி எழுப்புவர். உரிமையாளர்களுக்கும் பரிசுகள் அளித்துச் சிறப்பு செய்கின்றனர்.

பந்தயத்தில் சிறப்பாக ஓடக்கூடிய மாடுகள் இரகசியமாக தரகர்கள் மூலம் விலை பேசப்படுகின்றன. ஆனால் வழிவழியாக பந்தயத்திற்கென்றே வளர்க்கப்பட்டு, பந்தயங்களில் பங்கு பெறும் காளைகளை உரிமையாளர்கள் விரைவில் விற்க இசைவதில்லை. வெற்றி பெற்ற மாட்டு வண்டி உரிமையாளரின் கிராமமே அந்த வெற்றியைச் சிறப்பாகக் கொண்டாடி மகிழும்.

கிராமப் பஞ்சாயத்தளவில் நடக்கும் போட்டிகளில் மட்டுமல்லாமல் மாவட்ட அளவில் மற்றும் மாநில அளவில் பல்வேறு இடங்களில் நடத்தப்படும் மாட்டு வண்டிப் பந்தயங்களிலும் சென்று கலந்து கொண்டு பரிசு பெற்று வருகின்றனர். தொடர்ந்து வெற்றியைத் தக்க வைத்துக்கொள்ளும் மாட்டு வண்டி உரிமையாளர்கள் சகபோட்டி யாளர்களிடையே மரியாதையையும் பெருத்த வரவேற்பையும் பெற்று விளங்குகின்றனர். தற்காலத்தில் ஊடகங்கள் இப்போட்டிகளைப் படம் பிடிப்பதுடன் வெற்றியாளர்களுடன் நேர்காணல் நிகழ்த்தியும் தங்கள் ஊடகங்களில் வெளியிடுகின்றன.

ரேக்ளா வண்டிப் பந்தயத்திற்கு என்று வளர்க்கப்பட்டு பயிற்றுவிக்கப்பட்ட ஓர் இணை காளைகள் 40 ஆயிரம் முதல் 1 லட்சம் ரூபாய் வரை விற்கப்படுகின்றன.

16. ஒற்றை மாட்டு வண்டிகள்

நுகத்தின் மத்தியில் ஒரு மாடு மட்டும் பூட்டப்பட்டு இயக்கப் படும் வண்டிகள் ஒற்றை மாட்டு வண்டிகள் எனப்பட்டன. இவை பெரும் பாலும் வில்வண்டி போன்ற கூண்டு வண்டிகள். பெருநகரங்களில் வாடகை வண்டிகளாகப் பயன்படுத்தப்பட்டுள்ளன. பேருந்து நிலையங்களுக்கு வந்து செல்லும் பயணிகள் தங்களது பொருட் களுடன் இத்தகைய மாட்டு வண்டிகளில் பயணித்தனர்.

பள்ளிகளுக்கு மிகவும் தொலைவிலிருந்து வரவேண்டிய நிலைகளில் இத்தகைய ஒற்றை மாட்டு வண்டிகள் பயன்படுத்தப் பட்டன. இன்றைய ஆட்டோக்களின் பணியை ஒற்றை மாட்டு வண்டிகள் அன்று செய்துள்ளன.

தண்ணீர் வண்டி

தண்ணீர் இல்லா இடங்களுக்குப் பெரிய உருட்டுப் பீப்பாய்களில் நீர் நிரப்பி இத்தகைய மாட்டு வண்டிகளில் எடுத்துச் செல்வர்.

நிறைய மாடுகள் வைத்திருப்பவர்கள் மாடுகள் குடிப்பதற்கான கழுநீரைப் (கழனித் தண்ணீர்) பிற வீடுகளுக்குச் சென்று குவளையில் எடுத்து வந்து ஒற்றை மாட்டு வண்டியில் உருளை வடிவிலான பீப்பாயில் நிரப்பு. இந்தப் பீப்பாய், வண்டியோடு அசையாமல் இணைக்கப்பட்டிருக்கும்.

திருநெல்வேலி மாவட்டம் டோனாவூரில் உள்ள ‘டோனாவூர் ஐக்கியம்’ என்ற காப்பகத்தில் மாடுகளுக்கான கழுநீர் எடுப்பதற்கு இப்போதும் இந்த ஒற்றை மாட்டு வண்டி பயன்படுத்தப்படுகிறது படம் (கழிவுநீர் வண்டி) ப. 123.

கிராமியக் கலைஞர்களும் ஒற்றை மாட்டு வண்டியும்

மாட்டு வண்டி காலக்கட்டங்களில் பொழுது போக்கு அம்சங்களில் முக்கிய இடம் பிடித்த பாவைக்கூத்து என்ற நிகழ்வு கிராமப்புறங்களில் பெரும் வரவேற்பைப் பெற்றதாகும்.

இதனை நிகழ்த்த ஒரு குழுவாக ஓரிரு குடும்பங்களாக இணைந்து கிராமங்களில் தங்கியிருந்து இரவு நேரங்களில் ஒரு குறிப்பிட்ட இடத்தில் நிகழ்த்துவர். ஊர் மக்கள் அனைவரும் எவ்விதப் பேதமும் இன்றி ஆர்வத்துடன் கண்டு களிப்பர்.

இந்தக் கலைஞர்கள் பெரும்பாலும் ஒற்றை மாட்டு வண்டியில் தான் தங்களது கலைக்கான பொருட்களோடு கிராமங்களுக்கு வருவர். அவ்வூரில் கூத்து முடியும் வரை உணவுக்கான நெல் முதலியவற்றை ஒவ்வொரு வீடுகளிலும் சென்று பெறுவர். இவர்கள் அக்கிராமங்களில் நெல் அறுவடை காலத்தையொட்டிய இரண்டு மாதங்களுக்கு முன்பு வருவர். அறுவடை முடிந்ததும் அல்லது நடைபெற்றுக் கொண்டிருக்கும் போது வீடுகளில் நெல் போன்ற தானியங்களைக் கூலியாக அல்லது தங்கள் கலைக்கான அன்பளிப்பாக உரிமையுடன் கேட்டுப் பெறுவர்.

இவற்றைச் சேகரித்து, தங்கள் ஒற்றை மாட்டு வண்டியில் வைத்துக்கொண்டு செல்வர். அன்றாட வாழ்வாதாரத்திற்கே பிறரைச் சார்ந்து வாழ்ந்து வந்த இக்கலைஞர்களுக்கு ஒற்றை மாட்டு வண்டி பார வண்டியாகவும், பயண வண்டியாகவும் பயன்பட்டது.

17. வண்டி மாடுகள்

வண்டி இழுக்கப் பயன்படுத்தப்படும் காளைகள் வண்டி மாடுகள் என்றே அழைக்கப்படுகின்றன. வழிவழியாக வண்டி வைத்துப் பயன்படுத்தும் உழவர்கள் சிறு கன்றுகளாக இருக்கும் போதே இணையாக இளங்கன்றுகளை வளர்க்கின்றனர்.

காங்கேயம், ஓட்டங்காளை போன்ற நாட்டு மாடுகளையே வண்டி மாடுகளாகத் தேர்ந்தெடுத்து வளர்க்கின்றனர்.

மாடு பிடித்தல்

எரிபொருட்கள் ஏதும் இன்றி மாட்டு வண்டியை இயக்குபவை அதில் பூட்டப்படும் மாடுகள் தான். எனவே, மாடுக்ளை வண்டிகளுக்காக வாங்கி வரும் நிகழ்வு அன்றைய வண்டி உரிமையாளர்களின் வாழ்வில் முக்கியமானதொரு நிகழ்வாக இருந்து வந்தது. வண்டி இழுக்கப் பழக்குவித்து பின்னர் அதனை விற்கும் களமாக விளங்கிய மாட்டுச் சந்தைகளில் கொண்டு சென்று விற்றனர். இத்தகைய சந்தைகள் "மாட்டுத்தாவணிகள்" என்று அழைக்கப்பட்டன.

தமிழகத்தில் அனைத்து மாவட்டங்களிலும் மாட்டுச் சந்தைகள் இருந்தன. இதற்கென்று குறிப்பிட்ட சில ஊர்களும் இருந்தன, சில ஊர்களில் பிரத்யேகமாக வருடந்தோறும் நடக்கும் தேர்த் திருவிழாக்களில் பிற ஊர்களிலிருந்து விற்பனைக்கான மாடுகள் கொண்டு வரப்பட்டு விற்கப்பட்டன.

தமிழ் மாதமான சித்திரை, வைகாசி போன்ற மாதங்களைக் கணக்காகக் கொண்டு, சித்திரையில் குறிப்பிட்ட ஒரு ஊரில் கூடும் சந்தையை மாடு விற்போரும் வாங்குவோரும் நினைவில் கொண்டிருப்பர். தகவல் தொடர்பு சாதனங்கள் அதிகம் இல்லா அக்காலக் கட்டங்களில், மக்கள் குறிப்பிட்ட மாதங்களில் நடைபெறும் குறிப்பிட்ட ஊர்களில் நடைபெறும் சந்தைகளுக்குச் சென்று மாடுகளை வாங்கி வருவர். இதனை மாடுபிடித்தல் என்றனர்.

மாட்டுவண்டிக் காலக்கட்டத்தில், மாடுபிடித்தல் என்பது பெருவழக்காக இருந்த மாட்டுப்பிரியர்களால் ஒரு கலையாகவே உணரப்பட்டது. தாங்கள் வாழும் பகுதிகளுக்கு அருகில் நடைபெற்று வந்த மாட்டுச் சந்தை கூடும் நாட்களை ஆவலோடு எதிர் நோக்குவதும்,

தங்களது மாடுகளை விற்றுவிட்டுப் புதிய மாடுகள் வாங்கி வருவதுமாக வண்டி உரிமையாளர்கள் மாடுபிடித்தலை ஆர்வமுடன் கடைப்பிடித்தனர்.

குறிப்பாக, சித்திரை மாதம் நடைபெறும் கோவில் திருவிழாக்களில் தொடர்ந்து பத்து நாட்களில் கூடும் மக்கள் கூட்டங்களைக் கருத்தில் கொண்டு சந்தைகள் கூட்டப்பட்டன. இந்தச் சந்தையில் ஆர்வமுடன் கலந்து மாடு பிடித்து வந்தவரான திரு.கண்ணன் என்பவர் தமது அனுபவத்தைப் பின்வருமாறு நினைவு கூர்ந்தார்.

வண்டிகளில் கட்டப்பட்டிருக்கும் மாடுகளின் தரத்தை வைத்து வண்டி உரிமையாளர்களின் சமூக மதிப்பை மக்கள் கணித்து விடுவர். மாடுகளில் ஒட்டன் வகை மாடு மிகவும் உயர்ந்தவகையாகக் கருதப் பட்டது. மாடுகளின் தோற்றமும் வண்டியிழுக்கும் திறனும் அவற்றின் தரத்தை நிர்ணயித்தன. மேலும் இத்தகைய உயர்தர மாடுகள் பழக்கு விக்கவும் எளிதானதாக இருந்தன.

இதன் காரணமாக, சந்தைகளில் இவ்வகை மாடுகளுக்கு வரவேற்பு அதிகமாக இருந்தது.

வசக்குதல்

காளைகள் இரண்டு வயதினை நிறைவு செய்ததும் அவற்றை வண்டி இழுக்கப் பயிற்சி அளிக்கத் துவங்குவர். 2½ வயது முதல் பழகிய மற்றொரு மாட்டுடன் பயிற்சி பெறாத இளங்கன்றை இணைத்து, பழுவற்ற கம்பைக் கழுத்தில் பூட்டி நடக்கச் செய்வர். அதிகாலை வேளையில் இந்தப் பயிற்சி தொடர்ந்து பல நாட்கள் நடைபெறுகின்றது.

திருநெல்வேலி மாவட்டக் கிராமப்புற பகுதிகளில் முதலில் பழக்கும் போது நுகத்தின் மையத்தில் இரு மாடுகளுக்கும் நடுவில் நீண்ட கள்ளிச் செடியின் கிளைகள், அல்லது கருவேல மரத்தின் கிளைகளை வெட்டிப் போட்டிருப்பர். இதனால் கன்றுகள் சரியான இடைவெளியில் சிறிய பாரத்தை முதலில் இழுத்துப் பழக்கப்படும்.

மாடுகளை இவ்வாறு வண்டி இழுக்கப் பழக்கும் முறைக்கு ‘வசக்குதல்’ என்று பெயர். அடுத்த கட்டமாக வண்டி மாடுகளைச் சிறிய ஆளில்லாத வண்டியில் பூட்டி முதலில் இழுக்கச் செய்கின்றனர்.

உழவுத் தொழிலுக்குப் பழக்கப்படுத்தப்படும் மாடுகளும் இவ்வாறே பயிற்சி பெறுகின்றன.

18. மாடுகளைத் தேர்வு செய்தல்

மாடுகளைச் சந்தையில் தேர்வு செய்வதற்காகப் புதிதாக மாடு பிடிப்பவர்கள் மாடு பிடிப்பதில் கைதேர்ந்தவர்களை உடன் அழைத்துச் செல்வதுண்டு. விற்பனைக்காக நிற்கும் பலவித மாடுகளையும் பார்வையிட்டு, தங்கள் பார்வையில் சிறப்பானதாகத் தோன்றும் மாடுகளைச் சில எளிய சோதனைகளுக்கு உட்படுத்திய பின்னரே அதன் தரத்தைப் பற்றிய ஒரு முடிவுக்கு வருகின்றனர்.

நின்று கொண்டிருக்கும் மாட்டின் முதுகில் வேகமாக ஒரு அடி கொடுத்து அதனை நகரச் செய்வர். அதற்கு அம்மாடு காட்டும் எதிர் வினைகளைக் கொண்டு அதன் சுறுசுறுப்பை ஓரளவு கணிப்பர்.

வாலை முறுக்கியபடி முன்னங்கால்களைத் தூக்கி ஓட முயலுதல், கால்களை முறுக்கியபடி நிற்றல், முட்டுக்களை உரசியபடி முட்டுத் தட்டுதல், நிற்பது, வாலைத் தூக்கி முதுகில் வைத்தல் போன்ற மாட்டின் உடனடிச் செயல்பாடுகளின் மூலம் அம்மாட்டின் வேகத்தையும் சுறுசுறுப்பையும் எடை போடுவார்கள்.

மாடுகளின் தலையசைப்பு, அவை இடம் நகருதல் போன்ற உடல் மொழிகள் கூட அதன் குணத்தை வெளிப்படுத்தும் என்பர் சிலர், சிறந்த மாடு பிடிப்பாளர்கள் இவற்றைத் தவிர இன்னும் சிலவற்றைக் கவனித்து மாடுகளைத் தேர்வு செய்கின்றனர்.

1. மாட்டின் நெஞ்சுப்பகுதி அகலமானதாக இருத்தல்
2. மாட்டின் வால் சாரைப்பாம்பு போல ஏறுவால் (சிறிய பொடிவால்)
3. கொம்புகள் ஒரே சீராக இருத்தல்
4. நல்ல முகக்களையுடன் இருத்தல்
5. பின் பிட்டிப்பகுதி (பின்புறம்) விரிந்து இருத்தல்
6. வயிற்றில் தொப்பையின்றி இருத்தல்
7. மாட்டின் பின்னங்கால்கள் இரண்டும் முன்னங்கால்கள் மிதக்கும் முன்பதாக எடுத்து வைக்க வேண்டும்.
8. கால்களை வலப்பக்கம், இடப்பக்கமாக சுழற்றக்கூடாது.
9. மாடுகளில் அமையப் பெறும் சுழிகளின் அமைப்பு

போன்ற மாட்டின் அம்சங்களைக் கவனித்தே வாங்குகின்றனர்.

மாடுகளில் சுழி காணல்

சுழி என்பது மாடுகளின் மீது அமையும் அடையாளமாகும். இது மனிதர்களின் உடலில் காணப்படும் மச்சம் போன்றது. தமிழர்கள் தம் வீட்டிற்கு உபயோகமான பொருட்களையோ உயிரினங்களையோ வாங்கும்போது அவற்றில் சில நற்குணங்களை எதிர்பார்ப்பது வழக்கமாக இருந்து வருகிறது. மாடுகள் வீட்டின் முக்கிய செல்வங்களுள் ஒன்றாகவே கருதப்பட்டு வந்த மாட்டுவண்டிக் காலக்கட்டத்தில் மாடுகள் வாங்கும் போது அதன் தோற்றம் மற்றும் அதன் அங்க அடையாளங்களில் சிலவித அமைப்புகளை எதிர் பார்த்தனர். அவற்றுள் சுழி, மாடுகளின் மீது பிறப்பிலேயே அமைவதாகும்.

இச்சுழிகள் மீது மக்கள் பலவிதமான நம்பிக்கை கொண் டிருந்தனர். மாடுகளின் மீது அவை காணப்படும் இடங்களைப் பொறுத்து தமது வாழ்வில் நன்மையையோ தீமையையோ ஏற்படுத்தும் என்ற நம்பிக்கை இருந்து வந்தது. எனவே மாடு பிடிக்கும் போது சுழியில் அதிகம் கவனம் செலுத்தினர்.

மாடு உடல் வளம் உடையதாகத் தோற்றப்பொலிவுடன் காணப் பட்டாலும் இந்தச் சுழி அமைப்பு சரியாக அமையப் பெறாவிட்டால், அந்த மாடு விலை போகாது என்கின்றனர். "சுழிச்சுத்தம் பார்த்தே மாட்டை வாங்கு" என்ற தொடர் இதற்கு உதாரணமாக உள்ளது. அதைப் போலவே "தலைச்சுழி சரியாக இருந்தால் சகல்மும் சரியாக இருக்கும்" என்ற சொல்லாடல் இன்று வரை நடைமுறையில் இருந்தே வருகிறது. இது மனிதனுடைய தலையில் ஏற்படும் சுழியைக் குறிப்பிட்டுக் கூறப்படுகிறது. இருப்பினும் மாட்டின் மீது அமையும் சுழியை மனிதனுடைய தலைவிதியையும் மாற்றும் தன்மையுடையதாக எண்ணும் மனப்போக்கு மக்களிடையே இருந்துள்ளது.

இச்சுழிகளை நன்மை தரும் சுழி என்றும் தீமை தரும் சுழி என்றும் இரண்டாகப் பகுத்துள்ளனர்.

நற்சுழி

முதுகின் மையப்பகுதியில் இருக்கும் சுழி பொதுவாக பெரும்பாலான மாடுகளுக்கு உள்ளதாகும். இது சாதாரணமானது. இதனை நற்சுழி என்பர். இவ்வகைச் சுழியால் எந்தப்பிரச்சனையும் இல்லை என்ற நம்பிக்கையுள்ளது.

ராஜசுழி

மாட்டின் முதுகில் 'சிமிழ்' போன்ற சுழி அமைந்திருந்தால் அது ராஜசுழி எனப்படுகிது. இந்தச்சுழி அமையப்பெற்ற மாடுகளை வாங்கிச் செல்லும் மாட்டின் உரிமையாளர் எத்தகைய நிலையில் இருந்தாலும், குறைந்தது ஆறு ஏக்கர் நிலமாகிலும் வாங்கும் அதிர்ஷ்டம் அடைவர் என்ற நம்பிக்கை ஆழமாக வேர்விட்டிருந்தது. அதனால் ராஜ சுழி பெற்ற மாடுகளுக்குச் சந்தையில் விலை மிகவும் அதிகமாக இருந்தது. எனவே சாதாரண உழவர்கள் இத்தகைய மாடுகளை வாங்குவது எளிதன்று.

எனவே, செல்வம் படைத்தவர்களே இச்சுழியுள்ள மாடுகளை வாங்கியுள்ளார்கள். இதனால் ர்ாஜசுழி பெற்ற மாடுகளுக்கு மட்டுமல்ல அதன் உரிமையாளர்களுக்கும் ராஜயோகம் தான். விலைகளைக் குறித்து சற்றும் சிந்தியாமல் வாங்கும் தகுதியுடையோரின் வீடுகளில் இத்தகைய மாடுகளைக் காண இயலும். இச்சுழியைக் கோபுரச் சுழி என்றும் சில இடங்களில் குறிப்பிடுகின்றனர்.

ஆடுசுழி

திமிலுக்குப் பக்கத்தில் சுமார் ஒரு அங்குலம் இடைவெளியில் சுழி அமையப் பெற்றிருந்தால் அதற்கு ஆடுசுழி என்று பெயர்.

லட்சுமிசுழி

கழுத்தின் அருகே அமைந்திருக்கும் இச்சுழி லட்சுமி சுழி எனப்படும். பெயருக்கேற்ப இச்சுழி அமையப் பெற்ற மாடுகள் குடும்பத்தில் செல்வச் செழிப்பை ஏற்படுத்தும் என்பது நம்பிக்கை.

விரிசுழி

முதுகுத்தண்டின் இடது பக்கத்தில் இருக்கும் சுழி விரிசுழி எனப்படுகிறது. இதனால் குடும்பம் விருத்தியடைந்து குறைகள் நீங்கி, வளம் பெறும் என்பது நம்பிக்கை.

நீர்ச் சுழி

மூத்திரத் துவாரத்திற்கு அருகில் இருக்கும் சுழி நீர்ச் சுழி எனப்படும் இச்சுழியால் மாட்டின் உரிமையாளனுக்கு அவரது நேரத்தைப் பொறுத்து நல்ல காரியங்களோ அல்லது தீயகாரியங்களோ நடக்கலாம் என்பதும் நம்பிக்கை.

தாமணிச் சுழி

முதுகுத்தண்டில் நீளமாக ஒரு கோடும் அக்கோட்டின் இரு பக்கங்களிலும் இரண்டு சுழிகளும் இருந்தால் இதனைத் தாமணிச் சுழி என்பர். இதைப் போல் மாட்டின் முன்னங்கால்களுக்கும் கழுத்துக்கும் இடையே அலைதாடியின் இருபக்கங்களிலும் சுழிகள் இருந்தால் அதனையும் தாமணிச்சுழி என்று கூறுவர். இந்தச் சுழியுடைய மாடுகளை வாங்குபவரின் மாட்டுத் தொழுவத்தில மேன்மேலும் மாடுகள் பெருகும் என்பதும் நம்பிக்கை.

இரட்டைக் கவர் சுழி

முன்னங்கால் முட்டின் இருபக்கத்திலும் அமைந்திருக்கும் சுழி இரட்டைக் கவர் சுழி ஆகும். இது குடும்பத்தில் நன்மைகளைக் கொண்டு வரும் என்று நம்புகின்றனர்.

பாசிங் சுழி

மாடுகளின் நெற்றியில் கண்களுக்கு மேல் அமையும் சுழி பாசிங் சுழி எனப்படும். இந்தச் சுழி உள்ள மாடு வாங்கினால் வீட்டில் திருமண காரியங்கள் கைக்கூடிவரும் என்கின்றனர்.

ஏறு பூரான் சுழி

மாட்டின் மத்தியில் பூரான் போன்ற தோற்றத்தில் அமைந்திருக்கும் இந்தச் சுழி முன்பக்கமாக வந்து முடிவு பெற்றிருந்தால் அது ஏறு பூரான் சுழி எனப்படும். இதனால் நல்ல அதிர்ஷ்டமும் செல்வமும் பெருகும் என்பது நம்பிக்கையாகும்.

விபூதிச் சுழி

இரண்டு புருவக் கோடுகளின் கீழ் இரு கண்களுக்கும் நடுவில் அமைவது விபூதிச் சுழி ஆகும். இச்சுழி உள்ள மாட்டை வளர்க்கும் உரிமையாளர்களின் குடும்பத்தினர், உடலும் உள்ளமும் சிறப்புற்று விளங்குவர் என்பது நம்பிக்கை.

கொம்பு தானாச்சுழி

கொம்புகளில் இருக்கும் சுழிக்கு 'கொம்பு தானாச் சுழி' என்று பெயர். இச்சுழி உள்ள மாட்டை வளர்க்கும் உரிமையாளர்களின் மாட்டுத் தொழுவம் புதிய மாடுகளால் நிறையும் என்று கூறுவர். மந்தை தானாகப் பெருகும் என்பதும் நம்பிக்கையாகும்.

ஏறு நாகச்சுழி

வாலின் மேல் பக்கம் முதுகு நோக்கி அமையப் பெறும் சுழி ஏறு நாகச் சுழி எனப்படும். இச்சுழி கொண்ட மாடுகளின் வருகையால் வீட்டில் நல்ல நிகழ்வுகள் நிகழும் என்ற நம்பிக்கை உண்டு.

தீமை தரும் சுழிகள்

மாடுகளின் மீது அமையும் சிலவகைச் சுழிகள் தீமைகளை விளைவிக்கும் என்ற நம்பிக்கையும் உள்ளது.

முக்கண் சுழி

இரண்டு கண்களுக்கு நடுவில் மூன்று புள்ளிகள் (ஃ) ஆய்த எழுத்தைப் போன்று அமைந்திருக்கும் சுழி முக்கண் சுழி என்பர். இச் சுழியினையுடைய மாடுகளின் வருகையால் பல்வேறு இடையூறுகள் ஏற்படும்.

விலங்குச் சுழி

இச்சுழி முன் முழங்கால், பின் முழங்கால்களின் கீழும், கணுக் கால்களிலும் இருக்கும். இச்சுழியுடைய மாடுகளின் உரிமையாளர் விலங்கிடப்பட்டு, சிறைக்குச் செல்ல வேண்டி வரும் என்ற நம்பிக்கை. உள்ளது.

ஸ்ரீபுராண கௌவல் சுழி

ஒரு காதின் கீழ் மட்டும் இருக்கும் சுழி பூரன் கௌவல் எனப்படும். இச்சுழியால் தீமைகள் நேரிடும் என்பது நம்பிக்கை.

குடைமேல் குடைச்சுழி

மாட்டின் நெற்றியில் ஒரு சுழியின் மேல் இன்னொரு சுழியும் அமையும். இது குடைமேல் குடைச் சுழி என்றும் இடிமேல் இடிச்சுழி என்றும் கூறப்படும். இச்சுழியால், இடி போல பல இன்னல்கள் வந்து நேரிடும் என்று நம்புகின்றனர்.

சுழி மறைப்பு

தீமை பயக்கும் சுழிகளை உடைய மாடுகள் விலை போகாது. எனவே விற்பனைக்காலத்திற்கு முன்னரே அச்சுழியை மறைக்க முற்படுவர். இதற்காக கள்ளிச் செடியில் உள்ள பாலை இந்தச் சுழிகளில் இட்டு அவ்விடத்தை எதேச்சையாக ஏற்படும் புண் எனக்கருதச் செய்வர்.

சிலர் அவ்விடத்தில் நெருப்பு வைத்துப் புண்ணாக்கி மறைக்கின்றனர். சுழிகள் குறித்து மக்களிடையே நிலவிய நம்பிக்கைகளினால் மாடுகள் இத்தகைய கொடுமைகளுக்கு ஆட்பட்டன.

காய் அடித்தல்

காளைகளில் உழவு மற்றும் வண்டி இழுக்கப் பயன்படுத்துவதற்காகவே வளர்க்கப்படும் மாடுகளை ஆண்மை நீக்கம் செய்தலைக் காயடித்தல் என்கின்றனர். பிறந்து 2½ வயதில் இளங்கன்றுகளின் இனப்பெருக்க உறுப்பின் விதைப்பைகளை நசுக்கி பயனற்றதாக மாற்றுவதையே காயடித்தல் என்பர். ஆரம்ப காலங்களில் கற்களால் விதைப்பை நசுக்கிச் சிதைக்கப்பட்டது. பின்னர் மரக்கட்டைகளால் அடித்தும் சிதைக்கப்பட்டுள்ளது.

இவ்வாறு விதையடிக்கும் செயல் மாடுகளுக்கு மிகுந்த வலியையும் வேதனையையும் அளிக்கும் கொடுமையான முறை என்றே கூற வேண்டும். இருப்பினும் பாலுணர்ச்சியை நீக்கும் விதமாகச் செயல்படுத்தப்படும் இச்செயலில் உரிமையாளனுக்கு அடிபணியும் நிலையை மாடுகள் அடைகின்றன.

தற்போது கற்கள், கட்டைகள் போன்ற கருவிகள் இல்லாமல் காயடிக்கும் கருவிகள் உள்ளன. அவற்றிற்குக் காயடிக்கும் கருவி என்று பெயர். பர்டிசோ என்ற இக்கருவியின் மூலம் காயடிப்பதால் மாடுகள் முன்பு போல அதிக வலியை உணர்வதில்லை என்கின்றனர்.

காயடித்த பின்னர்தான் மாடுகள் வேலைகளுக்குப் பயன்படுத்தப் படுகின்றன.

லாடம் கட்டுதல்

பாரம் இழுக்கும் வண்டி மாடுகளின் கால்களில் உள்ள குழம்புகள் சேதப்படாமல் இருக்கவும் வலி உணராமல் இருக்கவும் ‘லாடம்” என்று கூறப்படும் இரும்புத் தகட்டைக் கால் குளம்பின் அடிப்பகுதியில் பொருத்துதலே லாடம் அடித்தல் எனப்படும். இதனை மாடுகளின் ‘இரும்புக் காலுறை’ என்று கூறுவது பொருந்தும்.

காளைகளுக்கு லாடம் கட்டுதல் பயிற்சி பெற்றவர்காளல் மட்டுமே செய்ய இயலும்.

லாடம் கட்டப்பட வேண்டிய மாட்டை இலாவகமாக சிலர் இணைந்து தங்கள் கட்டுக்குள் கொண்டு வந்து படுக்கச் செய்கின்றனர். இவ்வாறு மாட்டைப் படுக்கச் செய்வது ஒரு தனிக்கலையாகும்.

பின்னர் லாடம் அடிக்கும் நபர் மாட்டின் கால் குழம்பின் அளவிற்கு ஏற்ற இரும்புத் தகட்டை மூன்று ஆணிகள் மூலம் கால் குழம்போடு இணைக்கிறார். ஆணி மாட்டின் காலுக்குள் இருக்கும் சதைப் பகுதியைத் தொடாமல் மிக நேர்த்தியாக இணைத்து விடுகின்றனர். இது நம் பாரம்பரிய அறிவின் நுட்பமான வெளிப்பாடாகும்.

ஒரு முறை அடிக்கப்படும் லாடம் சுமார் 100கி மீட்டர் வரை நடப்பதற்குப் போதுமானது. அதோடு பெரும்பாலும் விவசாயிகளின் உழவுக்கும் வீட்டில் வண்டி மாட்டையே பயன்படுத்துவர். இதனால் மாடுகளின் காலில் உள்ள லாடத்தை உழவின் போது கழற்றி விடுகின்றனர்.

உழவு நடைபெறும் போது மாடுகளின் கால்கள் சகதிக்குள் அமிழ்ந்து தூக்கி நடக்க வேண்டுமென்பதால் மாடுகள் லாடத்துடன் நடக்க இயலாது. விரைவாகவும் நடக்க இயலாது. எனவே, மாடுகளின் கால்களில் லாடம் உழவு முடியும் வரை கழற்றி வைக்கப்படுகிறது.

உழவில் சகதிக்குள் அதிக நேரம் நின்று வேலை செய்யும் மாடுகளின் கால் குழம்புகள் தனது கெட்டித்தன்மையை இழந்து மென்மையாகி விடும். மாட்டின் கால்கள் நடைதளர்ந்து சோர்வடைந்துவிடும், இதற்கு மெல்லடிப்படுதல் என்று பெயர்.

19. மாட்டு நோய்கள்

மாடுகளுக்கு வரும் நோய்களை உடனே கண்டறிந்து அவற்றிக்கான தகுந்த சிகிச்சை அளித்தல் நோயை விரைவில் குணமாக்கும் முதல் படியாகும். வண்டிகள் அதிகமாகப் பயன்படுத்தப்பட்ட காலக் கட்டங்களில, கால்நடை மருத்துவர்கள் இருந்தபோதிலும், மக்கள் பெரும்பாலும் வழிவழியாக மாடுகளுக்குத் தாங்களாகவே தயாரித்து வழங்கி வந்த நாட்டு மருந்துகளையே பெரிதும் நம்பி இருந்தனர்.

மாடுகள் உழவு நேரங்களிலும், மழைக்காலங்களிலுமே அதிக அளவில் நோய்வாய்ப்பட்டன. கிராமப்புறங்களில், வீட்டின் அருகே அமைக்கப்படும், மழைக்காலங்களில் அதிக அளவு ஈரத்தன்மையுடன் கூடிய மாட்டுத்தொழுவங்களில் இருப்பதும், குறைந்த இடத்தில் அதிக எண்ணிக்கையிலான மாடுகளைக் கட்ட வேண்டிய சூழலுமே நோய்கள் ஏற்படக் காரணமாக அமைந்துள்ளன.

வண்டி மாடுகள் அதிகத் தொலைவு பார வண்டியை இழுத்துச் செல்வதால் ஏற்படும் அலுப்புநோய் போன்றனவும், சீரணக் கோளாறுகள் போன்றவையும் மாடுகளுக்கு வரும் முக்கிய நோய்களாகும்.

எல்லா வகை மாடுகளுக்கும் வரும் ஒரே நோய் "கானா வானா" என்ற நோய் என்கின்றனர். "கானா" என்றால் மாடுகளின் கால்களில் வரும் நோய், வானா என்றால் மாடுகளின் வாயில் ஏற்படும் நோய் என்ற பொருளில் முதலில் வழங்கப்பட்டது. ஆனால் காலப்போக்கில் மாட்டின் காலிலோ, வாயிலோ புண் ஏற்பட்டுவிட்டால் அது கானா வானா நோய் என்றே கூறப்படலாயிற்று.

"மாட்டின் வாயில் கானாவானா" ஏற்பட்டுள்ளது என்றோ "காலில் கானாவானா" ஏற்பட்டுள்ளது என்றோ குறிப்பிடும் அளவிற்குத் தற்போது மாற்றமடைந்துள்ளது. இதிலிருந்து பெரும்பாலும் மாட்டு நோய் கால்கள் அல்லது வாயில்தான் அதிகம் ஏற்பட்டுள்ளது என்றும் அறிய முடிகிறது.

கானா நோய்

"கானா" என்பது மாட்டின் காலில் அதன் குழம்புகளுக்கிடையே வரும் புண் ஆகும். இதனை உடனே கண்டறிந்து குணமாக்க

வேண்டும். தாமதமானால் காலிலுள்ள குழம்பு கழன்று விழுந்து விடும். பின்னர் அது குணமடைய வெகு நாட்கள் ஆகிவிடும்.

மாடும் மெலிந்து உருக்குலைந்து விடும். காலில் இந்நோய் கண்ட மாடு, அடிக்கடி காலைத்தூக்கித் தூக்கி, அங்கும் இங்குமாகக் கலையும் காலைச்சுற்றி ஈ மொய்க்கத் துவங்கும்.

இந்த அறிகுறிகளை வைத்து நோயை மாட்டின் உரிமையாளர்கள் உடனே கண்டு கொள்வர். இந்நோய் ஏற்பட பெரும்பாலும் தொழுவத்தின் ஈரத்தன்மையே காரணம் என்பார் திரு. கிருபா, கண்ணநல்லூர்.

மருந்து

ஆடாதொடை இலையோடு சிறிதளவு உப்பு, வத்தல் (மிளகாய்), சீரகம் இம்மூன்றையும் நல்லெண்ணெயில் காய்ச்சி இளஞ்சூட்டில் மாட்டின் குழம்புகளுக்கிடையே காலையும், மாலையும் போட்டு வர இப்புண் குணமடைந்துவிடும்.

முதலில் ஒரு காலில் மட்டும் இப்புண் வரும். பின்னர் மற்ற கால்களில் தொற்றிக்கொள்ளும். இதனால் புண்கள் உள்ள கால்களுடன் முன்னங்கால்களைத் தூக்கி நின்றால், முன்தூக்கி என்றும், பின்னங்கால்களைத் தூக்கி நின்றால், பின்தூக்கி என்றும் குறிப்பிடுவர்.

வண்டி மாடுகளுக்கு லாடம் கட்டும் போது அதில் அடிக்கப்படும் ஆணிகள் சில நேரங்களில் அதன் உட்காலின் சதைப்பகுதியில் பட்டு, மாட்டை நொண்டி நொண்டி நடக்கச் செய்யும். இதனால் அந்த ஆணியைப் பிடுங்கி விட்டால் மட்டுமே மீண்டும் மாடு சீராக நடக்கும். இதனால் ஏற்படும் கால் வலியைப் போக்க கானா வானாவிற்குப் போடப்படும் எண்ணெய் போட்டால் வலி நீங்கிவிடும்.

வானா நோய்

இது வாயில் ஏற்படும் புண். இந்நோய் கண்டால் வாயிலிருந்து தொடர்ந்து நீர்வடியும், உணவு உண்ணாது. வாயில் ஒரு அடுக்கு காய்ந்து புண்ணில் ஏற்படும் பொருக்கு போலக் காணப்படும்.

மருந்து

இதற்குப் பச்சரிசியில் கஞ்சி காய்ச்சி ஆறியபின்னர் மாட்டிற்குக் கொடுக்கின்றனர். அதோடு நாட்டு வாழைப்பழத்தையும் தொடர்ந்து கொடுத்து வந்தால் இப்புண் விரைவில் குணமடைந்து அன்றாட உணவை உட்கொள்ளத் துவங்கும்.

கழுத்துப்புண்

பாரவண்டியை இழுக்கும் மாடுகளின் கழுத்தில் இருக்கும் நுகம் அழுத்துதலினால் கழுத்தை ஒரு பக்கமாக வெட்டி வெட்டி (திரும்பித் திரும்பி) நடக்கும். இதற்குத் துணிகளுக்குப் பயன்படுத்தப்படும் சொட்டு நீலத்தையே மருந்தாகப் பயன்படுத்துவோம் புண்கள் விரைவில் ஆறிவிடும் என்கிறார்கள்.

கொம்பு ஒடிதல்

மாட்டின் கொம்பு அம்மாட்டினத்தை அடையாளம் காணவும் அதன் கம்பீரத்தைக் காட்டவும் உதவும். "கொம்பு" என்பது சில உயிரினங்களில் வளரும் ஒரு புற வளரி. இத்தகைய கொம்பு சில வேளைகளில் உடைந்து கழன்று விடுவதுண்டு. மாடுகள் தங்களுக்குள் சண்டையிடும் போதும் இவை ஒடிகின்றன. சுவர், மரம் போன்ற வற்றின் மீது மாடுகள் அறியாமல் இடித்துக் கொள்ளும் போதும் உடைந்து விட வாய்ப்பேற்படுகிறது. குறிப்பாக மாட்டுத் தொழுவத்தில் ஈக்கள் மொய்க்க நேர்ந்தால், அவற்றைத் துரத்த கொம்புகளைப் பலமாக அசைக்கும் போது தொழுவின் சுவற்றில் பட்டு உடைந்து விடும்.

வண்டி மாட்டில் ஒரு கொம்பு உடைய நேர்ந்தால் மறுகொம்பையும் கழற்றி இரண்டையும் சேர்த்து கொம்பின் உள்பகுதியில் உள்ள குருத்து எனப்படும் மெல்லிய சதை வளர்ச்சியைப் பருத்தித் துணியை நல்லெண்ணெயில் நனைத்துக் கொம்பைச் சுற்றிக் கட்டி விடுவர். தினமும் அத்துணியில் நல்லெண்ணெய் ஊற்றி நனைப்பர். இவ்வாறு தொடர்ந்து கிட்டத்தட்ட இரண்டு மாதங்கள் செய்து வர கொம்பு காய்ப்பு பிடித்து கடினமான கொம்புகள் தோன்றி விடும்.

கொம்பு சீவுதல்

வண்டிக்கு அழகு, அதில் பூட்டப்படும் மாடுகளின் கம்பீரமான தோற்றம் என்றால் அது மிகையாகாது. அத்தகைய மாடுகளின் அழகுக்கு அழகு சேர்ப்பது அதன் கொம்புகளே. பொதுவாக மாடுகளின் இனத்திற்கு ஏற்ப கொம்புகளின் தோற்றமும் மாறுபடும். கொம்பைப் பார்த்தே அம்மாட்டின் இனத்தைக் கண்டுபிடித்து விடலாம். அத்தகைய கொம்புகளை மாட்டின் உரிமையாளர்கள் அழகுபடுத்துவர்.

மாட்டின் இரண்டு கொம்புகளையும் ஒரே பருமனோடு சீரான வளர்ச்சியடையச் செய்ய அதற்கென்று தயாரிக்கப்பட்ட உளியைக் கொண்டு சீவுவர். இதனால் அழகிய கொம்புகள் உருவேற்றப்படும். மாட்டுவண்டி அதிகமாகப் பயன்படுத்தப்பட்ட காலக்கட்டங்களில்

ஊர் ஊராகச் சென்று தெருக்களில், "கொம்பு சீவலையோ கொம்பு, மாட்டுக்குக் கொம்பு சீவலையோ கொம்பு" என்று கூவிச் செல்வோர் உண்டு.

குறிப்பிட்ட நாட்களுக்கு ஒருமுறை வரும் இத்தகையோருக்காக மக்கள் காத்திருப்பர். குறிப்பாகப் பொங்கல், திருவிழாக்காலங்கள் போன்ற முக்கிய காலங்களைக் கணக்கில் கொண்டு இத்தொழிலைச் செய்பவர்கள் வருவர். இவர்கள் மாட்டுக்குத் தேவையான மூக்கணாங்கயிறு, சாட்டைக்கம்பு, தார்க்கம்பு, மணி போன்றவற்றையும் விற்பனைக்காகக் கொண்டு செல்வர். இவர்களுள் சிலர் தற்காலிகமாக இடம் பெயர்ந்து செல்லும் நாடோடிகள் ஆவர்.

மாட்டு வைத்தியர்கள்

மாடுகள் வாழ்வின் ஓர் அங்கமாக இருந்து வந்த காலக்கட்டங்களில் இன்றைய குடும்ப மருத்துவர்கள் இருப்பதைப் போல் அன்றைய நாட்களில் அதிக மாடுகள் வைத்திருக்கும் வசதி படைத்தோர்கள் தங்களுக்கென்று ஒரு நாட்டு வைத்தியரைக் கால்நடை மருத்துவராக வைத்திருந்தனர்.

இது குறித்துத் தகவலாளர் திரு.ஆறுமுகம் (புலியூர்குறிச்சி) என்பவர் நாகர்கோவில் பகுதியில் இருந்து சுமார் 40 கிலோ மீட்டர் தொலைவில் உள்ள தமது வீட்டிற்கு வந்தே மாடுகளுக்கு வைத்தியம் பார்த்துச் செல்வார் என்று கூறுகிறார்.

என்ன நோயென்றே கண்டறிய முடியாத நோய்களுக்கே பெரும் பாலும் இந்த வைத்தியர்களுக்கு ஆள் சொல்லி அனுப்புவர். வைத்தியர் வந்து மாட்டின் நிலையைச் சில அறிகுறிகளை வைத்தே கண்டுணர்ந்து கொள்வார். குறிப்பாக மாடு அசை போடாமல் கண்களிலும் வாயிலும் இருந்து நீர் வடிந்தவாறு படுத்தப் படுக்கையாகி விடும்.

ஓரளவு தாங்கள் அறிந்த மருந்துகளைக் கொடுத்தும் குணமடையாத நிலை ஏற்பட்டால், தங்களது நாட்டு வைத்தியர்களுக்கு ஆள் அனுப்பி வர வைப்பார்கள். அவர்களது ஆலோசனைகளின்படி, அவரிடமுள்ள நாட்டு மருந்துகளோடு சில மூலிகைகளையும் பறித்து வரச்செய்து அவற்றையும் அரைத்து மாட்டிற்குக் கொடுப்பர். கொடுத்துவிட்டு நோய் சரியாக இரண்டு அல்லது மூன்று மணிநேரம் என்று ஒரு குறிப்பிட்ட நேரத்தைக் கூறிவிட்டு, "மாடு அசை போடும்" என்று உறுதியாகக் கூறி, தனது ஊருக்குக் கிளம்பிச் சென்று விடுவார், மருத்துவர்.

மாட்டின் நிலையில் மாற்றம் ஏற்படும் வரை வீட்டில் உள்ளவர்கள் தங்கள் குடும்ப உறுப்பினர் ஒருவரின் உடல் நலக் குறைவு போன்றே துயரோடு அதன் அருகிலேயே அது அசைபோடும் வரை கண்ணும் கருத்துமாகக் கவனித்துக் கொண்டிருப்பர். மருத்துவர் கூறிச்சென்ற அந்த மணி நேரத்தையே எதிர்பார்த்துக் காத்திருப்பர். வைத்தியர் குறிப்பிட்ட நேரத்தில் மிகச்சரியாக நோயுற்ற மாடு உடல் அசைவுற்று அசைபோடத் துவங்கிவிடும் (திரு.ஆறுமுகம், புலியூர்க்குறிச்சி).

மாடு மரணத்திற்கு ஏதுவான நோய் கண்டதாக அம்மருத்துவர் கணித்து விட்டால் அதையும் அவர் மறைக்காமல், 'இனி இதற்கு மருந்து தேவைப்படாது' என்று கூறிச் சென்று விடுவார் (மேலது).

அதே நேரத்தில் அன்றைய நாட்டு மருத்துவர்கள் தாங்கள் கொண்டு வரும் நாட்டு மருந்துகளின் கலவையை எவருக்கும் வெளிப்படுத்துவதில்லை (மேலது).

பெரும்பாலும் இந்நாட்டு வைத்தியர்கள் பரம்பரையாகவே இம்மருத்துவத்தைச் செய்து வந்துள்ளனர். வைத்தியர் வெகு தொலைவிலிருந்தாலும் தங்கள் வீட்டிற்கு மாட்டு வண்டிகளில் சென்று, அவரை அழைத்து வந்து, பின்னர் மருத்துவரின் வீட்டிலேயே கொண்டுபோய் விட்டும் வருவர். இந்நாட்டு மருத்துவர்கள் மக்களிடையே நன்மதிப்புப் பெற்று விளங்கினர்.

இவர்களுக்குத் தட்சணையாக, பணமும் தங்கள் வீடுகளில் உள்ள விளைப் பொருட்களளான நெல், கருப்புக்கட்டி போன்றனவும், மாடு குணமடைந்த பின்னர் மகிழ்ச்சியின் அடையாளமாக அனுப்பி வைக்கப்படுவதும் உண்டு.

மாடுகளுக்குச் சூடு போடுதல்

மாடுகளுக்கு உடலில் சூடு போடும் பழக்கம் மக்களிடையே பரவலாக இருந்து வந்துள்ளது. இரண்டு வித காரணங்களுக்காக இந்தச்சூடுகள் இடப்பட்டன.

1. ஒரு கிராமத்தில் ஒரே மாதிரியான மாடுகள் பலருடைய வீடுகளில் இருக்க வாய்ப்புள்ளது. காடுகளில் மொத்தமாக மேய்ச்சலில் நிற்கும் மாடுகளை இனங்காண ஏதாவது ஓர் அடையாளம் தேவைப்பட்டது.இதன் வெளிப்பாடே சூடுபோடும் வழக்கம். இது உரிமையாளரின் பெயரின் முதலெழுத்தாகவோ, பூக்கள், விலங்குகள் என்பனவற்றின்

ஏதாவது வடிவமாகவோ இருக்கும். தான் விரும்பும் வடிவத்தை இரும்புக் கம்பியில் வடிவமைத்து நெருப்பில் பழுக்கச் செய்து மாட்டின் உடலில் சூடு போடுவர்.

2. மாடுகளுக்கு ஏற்படும் சில நோய்களுக்குச் சில குறிப்பிட்ட வடிவங்களில் சூடு போடுவதனால் அந்நோய்கள் குணமடையும் என்ற நம்பிக்கையும் மக்களிடையே இருந்து வந்துள்ளது. இதன் காரணமாகச் சூடுபோடுதல் தொடர்கிறது.

இதன்படி அழல் வெக்கை நோய், சூலச்சூடு, கருநோய், கருவடி நோய், கூடை நோய், கொல்லி நோய், சீதவெக்கை, சுழல் நோய், சூரைநோய் போன்ற நோய்கள் ஒவ்வொன்றிற்கும் வெவ்வேறு வடிவிலான சூடு போடப்படுகிறது.

நோய்களும் சூடுகளும்

1. அழல் வெக்கை நோய்

இந்நோய் ஏற்பட்ட மாடுகள் சிவப்பு நிறத்தில் சிறுநீர் கழிக்கும். உடல் மிகவும் வெப்பமாக இருக்கும். ஆனால் எப்போதும் போல உணவு உட்கொள்ளும்.

இதற்கு சூடு :

2. எலும்புருக்கி நோய்

இந்நோய் ஏற்பட்டால் மாடு உடல் இளைத்து எலும்புகள் வெளித் தெரியும். சோர்வாகப் பலமற்றுப் போகும். சாணத்துடன் இரத்தமும் வெளியேறும்.

இதற்கான சூடு : மாட்டின் நெஞ்சுப் பகுதியின் இருபுறமும் உச்சந்தலையிலும் போடப்படும்.

3. ஒட்டு நோய்

உணவு உண்ண விரும்பாமல் வேண்டா வெறுப்பாக உண்ணும் வாய் உலர்ந்து காணப்படும்.

4. கருநோய்

மாடு குளிர்ச்சியான இடத்திலேயே நிற்க விரும்பிச் செல்லும். வெயிலில் நிற்க மறுத்து அங்கும் இங்கும் ஓடும். இரு விலாப்புறமும் வீங்கி இருக்கும். வயிறும் வீக்கம் அடையும்.

இதற்கான சூடு :

5. கருவடி நோய்

இந்நோயின் அறிகுறியாக மாட்டின் வாயிலிருந்து துர்நாற்றம் வீசும். உடல் கருப்பாக மாறும். உடல் இளைத்துக் காணப்படும்.

இதற்கான சூடு :

6. காசு நறுளி நோய்

இந்நோயின் அறிகுறி, அருவருப்பாக உணர்ந்தபடி மேயும். அசை போடாது.

இதற்கு உச்சந்தலையில் 'ஷ' என்ற வடிவில் நான்கு சூடு போடப்படும்.

7. கொல்லி தெரியன் நோய்

மாடு தனது தலையை அங்கும் இங்கும் அடிக்கடி திருப்பிச் சரிந்து விழும். நிற்க பலமற்று கீழே விழும். இந்நோய் முற்றினால் அதர நோய் என்ற நோய் உண்டாகி விடும். ஆபத்தான இந்நோயுற்ற மாடு இங்கும் அங்குமாக ஓடி கீழே விழுந்து விடும்.

இந்நோய்க்கு ஒரு துண்டு பருத்தித் துணியை வேப்பெண்ணெயில் நனைத்து மாட்டின் கொம்புகளில் சுற்றி அதில் நெருப்புக் கொளுத்த வேண்டும். கொம்பு ஒரு நெல் அளவில் வெந்ததும் நெருப்பை அணைத்து விட வேண்டும்.

8. கொல்லி நோய்

மாட்டின் முகம் வீங்கி முடிகள் மேலெழுந்து நிற்கும். நடக்க மறுத்து அசையாமல் நிற்கும்.

9. சீத வெக்கை நோய்

மாடு புல் மேயாமல் நின்று கொண்டிருக்கும். சோர்வுடன் காணப்படும். சாணத்துடன் விழும்.

இதற்கான சூடு :

10. சுழல் நோய்

மாடு காரணமின்றி சுற்றிச் சுற்றி வரும். வாயிலிருந்து நீர் வடிந்து கொண்டிருக்கும். உணவு உட்கொள்ளாது.

இதற்கான சூடு :

11. சூரை நோய்

மாட்டின் வயிறு வீங்கிக் காணப்படும். அடிக்கடி விழுந்து விழுந்து எழும், வாயிலிருந்து நீர் வடியும்.

இதற்கான சூடு :

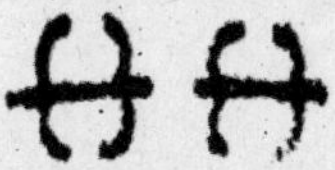

12. சிவப்பாகச் சாணமிடும் நோய்

மாடு வழக்கத்திற்கு மாறாகச் சிவப்பு நிறத்தில் சாணம் போடத் துவங்கினால் அதற்குக் கோதுமையை அரைத்து மோருடன் கலந்து கொடுத்து சூடு போடப்படும்.

இதற்கான சூடு : ' 6 எ '

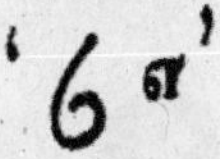

13. தொண்டையடைப்பான் நோய்

மாட்டின் தாடைப் பகுதிகள் வீங்கும். தொண்டைப் பகுதியும் வீங்கியிருக்கும். வயிறும் வீங்கி இடுப்புப் பகுதி ஒடுங்கத் துவங்கும்.

இதற்கான சூடு :

14. நாரை நோய்

முகத்தின் இரண்டு பக்கங்களும் வீங்கி ஒரே இடத்தில் நிற்கும். திடீர் திடீரெனக் கீழே விழும்.

இதற்கான சூடு :

15. நொடி வியாதி

வயிறு ஊதிக் காணப்படும். அதோடு நாசி உலர்ந்து மூக்கும் வீக்கம் கொள்ளும். அடிக்கடி மூச்சு வாங்கும்.

இதற்கான சூடு :

16. பூவாய் நோய்

இந்நோய் ஏற்பட்டால் மாடு வெயிலான இடங்களில் நிற்காது. எப்போதும் படுத்தே இருக்கும். மேயாமலும், உணவு உட்கொள்ளாமலும் இருக்கும்.

இதற்கான சூடு :

17. முன்னடைப்பான் நோய்

மாட்டின் தொண்டை வீங்கி உடல் நடுக்கத்துடன் காணப்படும். நாக்கில் பீளை தள்ளும்.

இதற்கான சூடு :

18. வலிநோய்

மாட்டின் நான்கு கால்களின் கணுக்கால்களும் வீங்கி மாடு நடக்கச் சிரமப்படும்.

இதற்கு விழுதிச்சாறும், உப்பும் சேர்த்து மருந்தாகக் கொடுத்து அதற்கான சூடும் இட வேண்டும்.

8

20. மாட்டு வண்டியின் மதிப்பு

1980கள் வரை மாட்டு வண்டி வைத்திருப்பது சமூகத்தில் பெரும் மதிப்பிற்குரியதாக இருந்தது. சொந்தமாக மாட்டுவண்டி வைத்திருப்பவர் பெரும்பாலும் நடுத்தரவர்க்கத்தினராக இருந்தனர். ஓரளவு விளை நிலங்களுடன் இருந்தவர்கள் தம் விவசாயத் தேவைகளுக்காக மாட்டு வண்டிகளை வைத்திருக்க வேண்டிய கட்டாயத்தில் இருந்தனர். அதோடு விவசாயத்திற்கும். உழவுக்கும், காளை மாடுகளின் தேவை இருந்ததாலும் வண்டிகளை வைத்திருப்பது தேவையாக இருந்தது.

1990களில் மாட்டு வண்டியின் செய்மானம் மற்றும் அதில் பயன் படுத்தப்படும் மரச்சாமான்களைப் பொருத்து 60,000 ரூபாய் வரை உயர்ந்தது. தற்போது ஒரு மாட்டு வண்டி செய்வதற்கு 2,25,000/- வரை ஆகும் என்று தச்சுவேலைக் கலைஞர் ஒருவர் குறிப்பிடுகிறார் (திரு.குமரேசன், களக்காடு).

மாடுகள் மற்றும் வண்டிகளின் விலை அந்தந்த கால பண மதிப்பீட்டிற்கு ஓரிணை மாடுகள் ஏற்ப இருந்து வந்தது. 1970களில் சுமார் 10,000 (பத்தாயிரம்) முதல் இருந்து வந்துள்ளது. நடுத்தர வர்க்கத்தினர்கள் பெரும்பாலும் சக்கடா வண்டி என்ற பார வண்டிகளைத் தம் தேவைகளுக்காக வைத்திருந்தனர். இவர்களுள் ஒரு சிலர் மட்டுமே வில் வண்டிகளைப் பயணத்திற்கான வண்டியாக வைத்திருந்தனர்.

பிறர் பாரவண்டிகளையே பயண வண்டியாகவும் பயன் படுத்திக்கொண்டனர். வில்வண்டிகளின் விலை அதிகமானதாக இருந்ததே இதற்கான காரணம். அவற்றில் பயன்படுத்தப்பட வேண்டிய மரங்கள் மற்றும் வேலைப்பாடுகள் போன்றன விலை மதிப்பிற்குக் காரணமாக அமைந்தன. எனவே, பணச் செலவுகளைக் கருத்தில் கொள்ளாத அன்றைய மேல் மட்டத்தில் இருந்த மக்களே வில் வண்டிகளை வைத்திருந்தனர்.

ஒன்றிற்கும் மேற்பட்ட வில்வண்டிகளை வைத்திருந்தவர்களும் உண்டு. குறிப்பிட்ட பணிகளுக்கென்று தனித்தனியாக இவ்வண்டிகளையும் பயன்படுத்தியுள்ளனர். குறிப்பாக, கோவில்கள் போன்ற புண்ணியத் தலங்களுக்குச் சென்று வரவும், தங்களுக்கு நிகரான பெரிய மனிதர்களைக் கண்டுவரவும், அன்றாடப் பணிகளுக்காக என்றும் இவ்வண்டிகள் தனித்தனியாகப் பயன்படுத்தப் பட்டுள்ளன. இவ்வாறு செல்வாக்கை வெளிக்காட்டும் வழிமுறைகளில் ஒன்றாக மாட்டு வண்டிகள் பயன்பட்டுள்ளன.

21. கைவினைஞர்கள்

மரவேலை செய்யும் தச்சர்களும் இரும்பு வேலை செய்யும் கொல்லர்களும் மாட்டு வண்டிகளை உருவாக்குவதில் முக்கிய பங்கு வகித்துள்ளனர். மாட்டு வண்டிகள் பயணத்திற்கான சாதனங்களாக உலா வந்த காலக்கட்டங்களில் அவற்றை உருவாக்கும் கலைஞர்களும் ஊருக்கு ஊர் பெருகினர். மரப்பொருட்களை மட்டும் செய்பவர்கள் மர ஆசாரிகள் (தச்சர்கள்) எனப்பட்டனர்.

வண்டி ஒன்றை உருவாக்குவதற்கு ஆகும் மொத்தத் தொகையை வண்டி உரிமையாளருடன் பேசி தச்சர் முடிவு செய்வார். அதன் பின்னரே வண்டிக்கான மரம் முதலானவற்றைத் தேர்வு செய்கின்றனர். இரும்பு முதலானவற்றைக் கொல்லருடன் பேசி முடிவு செய்வர். சில வேளைகளில் தச்சரே முடிவு செய்வார்.

வண்டி செய்யும் பணியை மேற்கொள்ள, முன்பணம் பெற்றுக் கொண்டு வந்த பின்னரே வேலை தொடங்கும். முதலாவதாக வண்டியின் குடம் என்ற பகுதி செய்யப்படுகிறது. இவ்வேலை முடிவடைந்து விட்டால் வண்டியின் மொத்த வேலையில் பாதி வேலை முடிவடைந்து விட்டதாகக் கூறுவர்.

ஒரு முழுமையான வண்டியைச் செய்து முடிக்க 10 மாதங்கள் வரை ஆகிவிடும். ஆனால் மிக அவசரமாக வண்டி வேண்டுவோருக்காக மூன்றே மாத காலத்திற்குள் செய்வதானாலும் செய்து முடித்து விடலாம். ஆனால் பணிபுரிவோரின் எண்ணிக்கை அதிகமாகும். குடம் என்ற பொருள் வடிவமைக்கப்பட்டு, குறிப்பிட்ட கால இடைவெளிக்குப் பின்னர் தான், அதனைச் சக்கரத்தோடு உள்ள ஆரக்கால்களோடு பொருத்த வேண்டும். அப்போது தான் வண்டி நல்ல உறுதியான தன்மையுடன் விளங்கும் என்கின்றனர். இதனைக் "குடம் விளைச்சலடையும் காலம்" என்று அழைப்பர் (திரு. முருகன் பணகுடி).

வண்டி செய்வோரில் மிகவும் புகழ் பெற்றோர் ஆங்காங்கே உண்டு. வண்டி செய்ய விரும்புவோர் அவர்களைத் தேடிச்சென்று முன் பணம் கொடுத்து வேலையைத் தொடங்கச் செய்வர். திருநெல்வேலி மாவட்டத்தில் பணகுடி, பெருமளஞ்சி, களக்காடு, தேவநல்லூர் (கீழூர்), பத்தமடை, கோவிலம்மாள்புரம் ஆகிய ஊர்களில் அதிக

அளவிலான மாட்டு வண்டிகள் செய்யும் தச்சுப்பட்டறைகள் முன்பு இருந்தன.

அதிலும் பணகுடி என்ற ஊரில் வண்டி செய்வதில் கைத்தேர்ந்த தச்சர்கள் அதிக எண்ணிக்கையில் இருந்தனர். மாவட்டத்தின் பல பகுதிகளிலும் இருந்து பணகுடிக்கு மக்கள் வந்து தங்கள் வண்டிக்கான முன்னேற்பாடுகளைச் செய்து விட்டுச் செல்வர்.

ஒருசில செல்வந்தர்கள் வண்டி செய்வதற்கான மரங்களைத் தாங்களே வாங்கிக் கொடுப்பதும் உண்டு. குறிப்பாக அன்றைய காலக்கட்டங்களில் பண்ணையார்கள், ஜமீன்கள் போன்றோர் ஆசாரிகளின் பரிந்துரையின் பேரில் சிறந்த மரங்களை அவை விற்கப்படும் இடங்களுக்கு நேரிலேயே சென்று வாங்கி வந்து அவற்றை ஆசாரிகளிடம் கொடுத்து வண்டியைச் செய்ய வேண்டினர்.

வண்டி செய்வதற்கான ஊதியம் மட்டும் தச்சர்களுக்கு வழங்கப் பட்டது. தங்களுக்கு மிகவும் நம்பகமான தச்சர்களைத் தமது குடும்ப நண்பர்களாகவும் கொண்டனர்.

வண்டி செய்யப்படும் ஆசாரியின் பட்டறைகளைச் சுற்றி, எப்போதும் புதிய வண்டிகளும், பழுது நீக்கம் செய்ய வேண்டிய வண்டிகளும் சூழ்ந்த வண்ணமாகவே இருக்கும்.

தற்காலத்தில் பழுது நீக்கும் தொழிற்பட்டறைகளில் கார்கள் நிற்பதைப் போன்று அன்றைய காலகட்டத்தில் பழுது நீக்கும் பட்டறை களில் மாட்டு வண்டிகள் அணிவகுத்து நின்றன. இதற்கென்றே அப் பட்டறைகளில் தொழில் பயில்வோர்களும் இருந்தனர். இவர்கள் பெரும்பாலோர் முதலில் உடைந்த வண்டிகளைச் சரிபார்க்கும் பணியில் ஈடுபடுத்தப்பட்டனர். ஆனால் தற்காலத்தில் தச்சுப் பணிக்கு இளைஞர்கள் விரும்பி வருவதில்லை (திரு.குமரேசன், களக்காடு).

மாட்டு வண்டிகளின் பாகங்கள் தேய்மானம் அடைந்து உடைந்து போவதுண்டு. சக்கரத்தைச் சுற்றிப் போடப்பட்டிருக்கும் இரும்புப் பட்டை சில நேரங்களில் கழன்று விடும். அச்சாணி முறிதல், நுகம் உடைதல் போன்றவை அவ்வப்போது நடப்பது இயல்பான தாகவே காணப்பட்டன. அப்போதெல்லாம் வண்டிகள், தச்சர்களின் இருப்பிடத்திற்குக் கொண்டு செல்லப்பட்டு, சரி செய்யப்பட்டன. சில வேளைகளில் உடைந்த பகுதிப் பொருட்கள் சீரமைக்கப்பட்டு வீட்டிற்கே கொணர்ந்து வண்டியோடு இணைக்கப்பட்டன.

ரேக்ளா ரேஸ் என்ற மாட்டு வண்டிப் பந்தயங்கள் நடைபெறும் போது அவை தொடங்கும் நாட்களுக்கு முன்னர் வண்டிகள் ஆசாரி வீடுகளுக்குக் கொண்டு வரப்பட்டு வண்டியின் நிலை சரிபார்க்கப்பட்டு பின்னர் பந்தயக் களத்திற்குக் கொண்டு செல்லப்பட்டன.

மிகப்பெரிய தச்சரின் பட்டறைகளில் பழைய வில்வண்டிகள் உரிமையாளர்களால் குறைந்த விலைக்கு விற்கப்படும். பின்னர் அவை அவர்களால் சீரமைக்கப்பட்டு விற்கப்பட்டன.

இவை புதிய வண்டிகளைப் போன்று உறுதித்தன்மையற்றதாயினும் சிறு விவசாய மக்கள் குறைந்த விலைக்கு வாங்கிப் பயன்படுத்த முடிந்தது. இத்தகைய வண்டிகளை உரிமையாளர்களிடம் வாங்குவதிலும் தச்சர்களின் பரிந்துரையில் வாங்குவதையே மக்கள் விரும்பினர். சில தச்சர்கள் வண்டியை விற்பவர், வாங்குபவர் ஆகிய இருவருக்கும் இடையே இடைத்தரகர்களாகச் செயல்படுவதும் உண்டு.

ஓரளவு பெரிய கிராமங்களில்தான் இத்தகைய வண்டிகளை முழுமையாகச் செய்யும் ஆசாரிகள் இருந்தனர். ஆனால் அனைத்துக் குக்கிராமங்களிலும் தச்சர்கள் இருந்தனர். அவர்கள் எல்லோருமே வண்டிகளைப் பழுது பார்க்கும் பணியை மட்டுமே செய்தனர். அவ்வப்போது வண்டிகள் பழுது அடையும் போது இத்தகைய தச்சு ஆசாரிகளையே மக்கள் நாடிச் சென்றனர்.

நெல்லை மாவட்டத்தில் பணகுடி, பெருமளஞ்சி, களக்காடு, தேவநல்லூர் (கீழூர்), பத்தமடை, கோவிலம்மாள் புரம், டோனாவூர் ஆகிய ஊர்களில் அதிக அளவிலான மாட்டு வண்டிகள் செய்யும் தொழிற்கூடங்கள் இருந்தன.

22. வண்டி ஓட்டுதல்

மாட்டு வண்டியை ஓட்டுதலும் ஒரு கலையே, மாட்டு வண்டியின் பயன்பாடு அதிகமாக இருந்த காலக் கட்டங்களில் கிராமப்புறங்களில் பெரும்பாலும் ஆண்கள் அனைவருமே வண்டி யோட்டிப் பழகிடுவர். சிறு வயதிலிருந்தே ஆண் பிள்ளைகள் வண்டிகளில் ஏறி மாட்டை லாவகமாக ஓட்டும் முறையைக் கற்றுக் கொள்வர். இருப்பினும் மாட்டு வண்டி ஓட்டுவதில் கைத்தேர்ந்தவர்களும் இருந்தனர்.

பொதுவாக மாட்டு வண்டிகள் எழுப்பும் ஒலி ஒரே தன்மை யுடையதாகத் தெரிந்தாலும், ஒவ்வொரு வண்டியும் ஒரு தனித்த ஓசையுடன் செல்வதை அவற்றின் உரிமையாளர்கள் உணர்ந்தே வைத்துள்ளனர். வண்டி செய்யப் பயன்படுத்திய மரங்கள், அதை இழுத்துச் செல்லும் மாடுகளின் நடை, அதோடு அதை ஓட்டிச் செல்லும் வண்டியோட்டியின் மொழி போன்றன ஒலிவேறுபாட்டை ஏற்படுத்துகின்றன.

விவசாயிகள் பெரும்பாலும் தங்கள் வண்டிகளைத் தாங்களே ஓட்டிச் சென்றனர்.

ஆனால், பெரு நிலக்கிழார்கள் தங்கள் பண்ணைகளில் பணி செய்வோரை வண்டி ஓட்டிகளாக வைத்துக் கொண்டனர். ஜமீன்தார், பெருநிலக்கிழார்கள் போன்ற சமூகத்தின் உயர் நிலையில் இருந்தோர் தங்கள் பிரயாண வண்டிகளுக்கென்று நிரந்தரப் பணியாளர்களை வைத்திருந்தனர். நல்ல திறமையோடு சிறந்த உடல்வாகும் ஆரோக்கியமும் உள்ள இளைஞர்களைத் தேர்ந்தெடுத்தனர். நீண்ட வழிப்பிரயாணங்களில் நடைபெற்ற வழிப்பறிக் கொள்ளை மற்றும் இடையில் வண்டியில் ஏற்படும் பழுதுகளை எதிர்கொள்ளும் திறமையையும் உடையவர்களாக வண்டியோட்டி அமைய வேண்டும் என்று எதிர்பார்த்தனர். வண்டியோட்டி சிலம்பம் என்ற கம்பு சுற்றும் கலையைக் கற்றிருக்க வேண்டும் என்ற எதிர்பார்ப்பும் இருந்துள்ளது.

மாடுகள் வண்டியில் பூட்டப்பட்டதும் வண்டியோட்டி வண்டியின் மீது ஏறி அமர்ந்து மாட்டுடன் இணைக்கப்பட்டிருக்கும் கயிற்றைத் தனது கையில் பிடித்துக் கொண்டு மெல்ல அசைக்கிறார். மாடுகளும் தங்களைக் கிளம்பச் சொல்லும் கட்டளையாக அதனை உணர்ந்து

நகருகின்றன. கயிற்றைச் சற்று இழுத்துப் பிடிக்கும் போது தம்மை நிற்கச் சொல்வதாக உணர்ந்து நிற்கின்றன.

வண்டியோட்டியின் அசைவு மற்றும் மொழிகளை உணர்வு பூர்வமாக அறிந்து மாடுகள் சிறிது நாட்களுக்குள் செயல்படத் துவங்கி விடுகின்றன. இதனால்தான் வேறு எவரேனும் வண்டியோட்டியாக அமர்வாரானால் சில மாடுகள் தலைகளை அசைத்து வண்டியிழுக்க மறுக்கும். இதனை மாடு கலைகிறது என்பர்.

நல்ல வண்டியோட்டி ஒருவர் தனது வண்டி மாடுகளை நண்பர்களாகக் கருதியே பழகுகிறார் என்கின்றனர் அதில் அனுபவப்பட்டவர்கள். இந்த உணர்வு புரிதலினால்தான் மாடுகள் தனது வண்டியோட்டியை அறிந்து அதற்கேற்பச் செயல்படுகின்றன. அது போல மாடுகளின் உணர்வுகளையும் ஒரு நல்ல வண்டியோட்டி புரிந்து கொண்டு அதன் மீது கரிசனையுடன் நடந்து கொள்கிறார்.

குறிப்பாக நெடுந்தொலைவுப் பயணங்களில் மாடுகள் குறிப்பிட்ட தொலைவிற்குப் பின்னர் நடை தளரும். இதனை அறிந்து மாடுகளுக்கு இளைப்பாற நேரம் அளித்து உணவளிப்பர். இதைச் செய்யாவிடில் சில மாடுகள் நகர மறுப்பதுடன் கீழேபடுத்துக் கொள்வதும் உண்டு. இச்செயலை “மாடு சண்டித்தனம் செய்கிறது” என்பர். இம்மாட்டை எழுப்பி நிற்கச் செய்யும் வழிமுறையாக சிறிது வைக்கோலைப் போட்டு, அதில் மிளகாய்வற்றலை எரித்து, அதன் மூக்கிற்கு நேராகக் காட்டுவர். அதன் நெடி தாங்காமல் மாடு எழும்பி நின்றுவிடும்.

வண்டியோட்டி வண்டி ஓட்ட அமர்ந்துவிட்டால் அவரது ஒவ்வொரு அசைவிற்கும் ஏற்ற எதிர்வினையை மாடுகள் அளிக்கும் என்கின்றனர். குறிப்பாக வண்டியோட்டியின் ஹவ்...ஹவ் என்ற மெதுவான சத்தம் மாட்டை மெதுவாகச் செல்ல அளிக்கப்படும் கட்டளையாக மாடுகள் உணர்ந்து அதற்கேற்ப செயல்படுகின்றன.

ஏற்...ஏற்...ஏற்... என்ற உரத்த சப்தத்தோடு தாக்கயிற்றைச் சற்று மேல் தூக்கி வேகமாக அசைக்கும் விதம், மாடு தன்னை வேகமாக ஓடக் கட்டளையிடுவதாக உணர்ந்து வேகம் எடுக்கின்றது. அதிக வேகத்துடன் செல்லும் மாடுகள் வாலை முறுக்கி தனது முதுகில் வைத்தபடி ஓட்டம் எடுக்கும்.

அதோடு வழித்தடங்களில் திருப்பங்கள் வரும் போது நேராகச் சென்று கொண்டிருக்கும் வண்டியை வலது அல்லது இடது பக்கமாகத் திரும்பிச் செல்லச் செய்ய வேண்டும். இச்செயல் ஆரம்பத்தில்

வண்டியோட்டிக்கு மட்டுமல்ல மாடுகளுக்கும் ஒரு சவாலான செயலாகும்.

வலது பக்கமாக மாடுகளைத் திரும்பச் செய்ய வேண்டுமென்றால் இடப்பக்கம் இருக்கும் மாட்டைத் தனது கையிலுள்ள சாட்டையால் முதுகில் அடிக்கிறார் அல்லது அது உணரும்படியாகத் தட்டுகிறார்.

இடப்பக்க மாடு அதைப் புரிந்தவாறு வலப்பக்கமாகத் தனது பார்வையையும் முகத்தையும் திருப்ப முயற்சிக்கும். இந்நிலையில் வலப்பக்க மாடும் இதை உணர்ந்து கொண்டு வலப்பக்கமாக வண்டியை இழுத்தப்படியே திரும்பும்.

வண்டியை வலதுபுறம் திருப்ப வலது பக்க மாட்டின் தலைக் கயிற்றை இழுத்துப் பிடித்து, இடதுபுற மாட்டின் தலைக்கயிற்றை இலகுவாக்கிப் பிடிக்க வேண்டும். அதை உணர்ந்து வலதுபக்க மாடு நிற்கின்றது. இடதுபக்க மாடு வலப்பக்கம் சாய்ந்து திரும்புகின்றது. இவ்வாறாகவே இடப்புறம் திரும்ப வலது பக்க மாடு இடப்பக்கம் திரும்புமாறு மாடுகள் பழக்கப்படுத்தப்படுகின்றன.

வண்டி எவ்வளவு வேகமாக ஓடிக்கொண்டிருந்தாலும் மாடுகள் வலப்புறமாகவோ இடப்புறமாகவோ திரும்பும்போது எப்பக்கம் வண்டி திரும்ப வேண்டுமோ அப்பக்க சக்கரம் அசையாமல் அந்த ஒரு கணம் நிற்கும்.

அப்பொழுது மறுபக்க சக்கரம் சுழன்று திரும்ப வேண்டிய திசைக்குத் திரும்பும். இவ்வாறு வலப்புறம் திரும்புவதை 'வலங்கால் திருப்பம்' என்றும் இடப்புறம் திரும்புவதை 'இடங்கால் திருப்பம்' என்றும் கூறுகின்றனர்.

வண்டியோட்டிகளாகப் பெண்கள்

பொதுவாக உழவர்களுடைய வீடுகளில் ஆண்களே வண்டி ஓட்டிச் சென்றனர். ஆனால் காலப்போக்கில் சில துணிச்சலான பெண்பிள்ளைகளின் விருப்பங்களைப் பெற்றோர்கள் அனுமதித்தனர். இதனால் ஆங்காங்கே ஒரு சில கிராமங்களில் பெண்களும் தங்கள் வண்டிகளை வயல்களுக்கு ஓட்டிச் சென்றுள்ளனர்.

நெடுந்தொலைவுப் பயணங்களுக்குப் பெண்கள் தனியாக வண்டி ஓட்டிச் செல்ல, பாதுகாப்புக் கருதி அனுமதித்ததில்லை. ஆனால் தங்கள் சொந்த விளை நிலங்களுக்கு விவசாயப் பொருட்களை எடுத்துச் செல்லுதல் மற்றும் உணவைக் குறித்த நேரத்தில் கொண்டு செல்லுதல்

போன்ற பணிகளுக்குத் தங்கள் மாட்டு வண்டிளை ஓட்டிச் சென்று உள்ளனர். பெரும்பாலும் பார வண்டிகளையே ஓட்டிச் சென்றுள்ளனர்.

திருநெல்வேலி மாவட்டம் திருக்குறுங்குடி என்ற ஊருக்கு அருகில் உள்ள இராஜபுதூரில் பண்டார நாடார் என்ற விவசாயி தனது ஆறு பெண் பிள்ளைகளுக்கும் மாட்டு வண்டி ஓட்டக் கற்பித்துக் கொடுத்தும், தனது விவசாய நிலப்பகுதிக்கு வண்டி ஓட்டி வரவும் செய்துள்ளார். பெண் பிள்ளைகளை வெளியூர்களுக்கு அனுப்பத் தயங்கிய 1970 களிடையே துணிச்சலாக ஆண் பிள்ளைகளில்லாத அந்த விவசாயி தனது பெண் பிள்ளைகளை இவ்வாறு ஆண் பிள்ளைகளுக்கு இணையாக வளர்த்தது வியப்பிற்குரியதே.

வண்டியோட்டியின்றி ஓடும் வண்டிகள்

குறிப்பிட்ட வழித்தடங்களில் சென்று பழகிய வண்டி மாடுகள் வண்டியோட்டி இல்லாமலேயும் கூட வண்டியைச் சரியான இடத்திற்கு இழுத்துக் கொண்டு சென்று விடும். குறிப்பாக தினமும் செல்லும் தங்களது வயல் மற்றும் கிணற்றங்கரைகளுக்கு வண்டியில் மாட்டைப் பூட்டி வண்டி செல்லும் பாதைக்கு நேராகத் திருப்பி விட்டு, அதன் முதுகில் தட்டிக் கொடுத்து அனுப்பி வைத்தால் சரியான இடத்திற்கே சென்று சேர்ந்து விடும்.

மேலும் மிகுந்தகளைப்பில் வண்டியோட்டியான உழவர் அயர்ந்து தூங்கிவிட்டாலும்கூட செல்ல வேண்டிய இடங்களுக்கு மாடுகள் செவ்வனே சென்று சேர்ந்து விடும், என்று தனது மாட்டைத் தட்டிக் கொடுத்தப்படியே பெருமிதத்தோடு கூறுகின்றார் விவசாயி ஒருவர் (திருமதி.த.செல்லத்தாய். கண்ணநல்லூர்).

நெடுந்தூரம் பயணத் தொலைவு இருக்குமென்றால் தன்னோடு வேறு எவரும் துணைக்கு இல்லாத நேரங்களில் வண்டியோட்டி தனது இதயத்தில் உள்ளவற்றை அல்லது மகிழ்ச்சியை மாடுகளிடமே தனது நண்பர்களிடம் கூறிக் கொள்வதைப் போல கூறிக்கொண்டே செல்வதுண்டு. இதனை அன்றைய வழிப்போக்கர்கள் இயல்பான ஒன்றாகவே எடுத்துக் கொள்வர். தவறாக எண்ணுவதில்லை.

காட்டு வழியாகச் செல்லும் வண்டியோட்டிகள் மறைந்திருந்து தனியாகச் செல்லும் வண்டிகளில் கொள்ளையடிக்கும் நபர்களிட மிருந்து தப்பிக்கவும் தன்னோடு உள்ள ஒருவரோடு உரையாடுவது போல் பாசாங்கு செய்தபடியே வண்டி ஓட்டிச்செல்வர் (திருமதி. புஷ்பம். கண்ணநல்லூர்).

23. மாட்டு வண்டிப் பயணம்

பயணிப்பதற்கென்று பயன்படுத்தப்பட்ட மாட்டு வண்டி வில்வண்டி தான். ஜல் ஜல் என்ற ஓசையுடன் மாட்டு வண்டிக்கே உரிய தட, தட சத்தத்துடன் மெதுவாகவோ விரைவாகவோ செல்லும். வில்வண்டியின் தொழில் நுட்பத்தினால் அதிக அலுங்கல் குலுங்கல் இருக்காது.

வண்டியில் மாடுகள் பூட்டப்பட்ட பின்னரே பயணிப்பவர்கள் ஏறி அமர்ந்து கொள்வர். வண்டியின் பின்புறம் கால் வைத்து ஏறுவதற்காகப் படி போன்ற அமைப்பு இருக்கும். இது பெரும்பாலும் உலோகத்தினால் அல்லது மரத்தினால் செய்யப்பட்டிருக்கும்.

பெரிய வில்வண்டியை அஞ்சாச்சி (ஐந்தாச்சி) வண்டி என்பர். இதில் 6 பேர் அமரலாம். மூணாச்சி (மூன்றாச்சி) சிறிய வண்டியில் 4 பேர் அமரலாம். ஐந்தாச்சி என்ற பெரிய வில்வண்டியின் நீளம் 7 அடி நீளம் இருக்கும். மூன்றாச்சி என்ற வில் வண்டியின் நீளம் 4 அடியாக இருக்கும்.

ஏறி அமர்ந்த பின்னர் வண்டியோட்டி ஏறி தனக்குரிய இடத்தில் அமர்ந்து கொள்வார். அதன் பிறகு வண்டியோட்டியின் உத்தரவைப் பெற்ற பின்னரே மாடுகள் வண்டியை இழுத்துச் செல்லும்.

கரடு, முரடான பாதைகளில் வண்டி செல்லும் போது, பயணிகளின் தலை வண்டியின் ஓரப்பகுதியில் இடித்து காயம் ஏற்பட்டு விடும். இதனால் மாட்டு வண்டியில் பயணித்துப் பழக்கமில்லாதவர் களுக்கு முதலில் சிரமமாகத் தோன்றும். பழகிய பின்பு எளிதானதாகி விடும்.

இதற்காகவே வில் வண்டிகளில் வசதியாக அமர்ந்து கொள்ள சிறிய மெத்தைகளும் (குஷன்) தலை இடிக்காமல் இருக்க சிறிய அளவில் வண்டியோடு இணைக்கப்பட்டிருக்கும் தலையணைகளும் இருக்கும்.

இத்தகைய வசதிகள் எல்லா வில்வண்டிகளிலும் இருக்கும் என்று கூற முடியாது. செல்வந்தர்கள் தங்கள் வில் வண்டிகளில் இத்தகைய கூடுதல் வசதிகளைச் செய்து கொண்டனர்.

வில்வண்டிகளில்தான் அன்றைய பெண் அழைப்பு, மாப்பிள்ளை அழைப்புகளெல்லாம் நடந்தன. அலங்கரிக்கப்பட்ட வில்வண்டிகளில் மணமக்கள் அழைத்துச் செல்லப்பட்டனர்.

அதைப்போன்று பெண்கள் பிரசவத்திற்கு மாப்பிள்ளை வீட்டில் இருந்து வருதல், அதன் பின்னர் கொண்டு போய் விடுதல் போன்ற அனைத்து சுப காரியங்களுக்கும் மாட்டு வண்டிகளே பயன்படுத்தப் பட்டன. இத்தகைய பயணத்தின் போது வண்டிகள் அலங்கரிக்கப் பட்டிருப்பதோடு வண்டியின் முன் பக்கத்திலும் ஓரப்பகுதிகளிலும் வேப்ப இலைகளைக் கட்டி வைத்திருப்பர். இதன் மூலம் வழியில் பேய் பிசாசு அணுகாது என்பது நம்பிக்கை.

இதே வழக்கம் இன்றும் கிராமப்புறங்களில் சீமந்தம் செய்து பெண் வீட்டிற்கு அழைத்து வரும் பெண்ணின் கையில் வேப்பிலையைக் கொடுத்து அனுப்புவதைப் பார்க்க முடிகிறது.

இதைப்போலவே கிறித்தவக் குடும்பங்களில் இத்தகைய சடங்குகள் நடைபெற்ற போது வேப்பிலைகள் கட்டப்படாமல் கிறித்தவ புனித நூலான வேதாகமத்தை (Bible) அந்த மணமக்களின் கைகளில் கொடுத்து அனுப்புவர். இச்செயல் தீய ஆவியிலிருந்து பாதுகாக்கும் என்பது நம்பிக்கை. அதைப்போல சீமந்தம் செய்து அனுப்பி வைக்கப்படும் பெண்ணின் கரத்தில் வேதாகமத்தைக் கொடுத்து அனுப்பினர். இன்று வரை இவ்வழக்கம் மாட்டு வண்டிகளின் பயன்பாடு மறைந்து போனாலும் மகிழுந்துகளில் செல்லும் போதும் கிறிஸ்தவர்களிடையே தொடர்கிறது.

அன்றாடப் பயன்பாட்டிற்காக வண்டிகளை ஆயத்தம் செய்யும் போதே வண்டிகளின் நிலை எவ்வாறு உள்ளது என்பதைப் பரிசோதித்து, பின்னரே மாடுகளை வண்டிகளில் பூட்டுவர். குறிப்பாக அச்சாணி, சக்கரங்கள், நுகம் போன்றன சீரான நிலையில் உள்ளனவா என்பதை அறிந்தே செயல்படுவர்.

பெரும்பாலும் ஒரு மாட்டு வண்டி மட்டும் வைத்திருப்பவர்கள் தங்கள் வீட்டிற்கு அருகில் போதுமான இடம் உள்ள பகுதிகளில் தொடர்ந்து அதே இடத்தில் வண்டியை நிறுத்தி வைப்பர்.

ஒன்றிற்கும் மேற்பட்ட வண்டிகளை வைத்திருப்போர் ஒவ்வொரு வண்டிகளுக்கும் நிறுத்துவதற்காகத் தங்கள் சொந்த இடத்தில் தனித்தனியே கூடாரம் போன்று அமைத்து நிறுத்தியுள்ளனர். அதிலும் குறிப்பாக வில்வண்டி, ரேக்ளா வண்டி போன்றன அதன் உயரம் மற்றும் நீளத்திற்கு ஏற்ப குடில் (செட்) ஏற்படுத்தி வண்டியை நிறுத்தி

வைக்கின்றனர். தேவைப்படும் போது மட்டும் வெளியில் எடுத்துப் பயன்படுத்துகின்றனர். இதனால் வண்டிகள் மழை, வெயில், போன்றவற்றால் பாதிக்கப்படாமல் அதிக நர்ட்கள் சேதமடையாமல் பயன்பாட்டில் இருக்கின்றன.

தற்காலத்தில் வெளியூர்களுக்குச் செல்லும் முன் தங்கள் கார்களைக் கழுவி சுத்தம் செய்து செல்வதைப் போன்றே மாட்டு வண்டிகளும் தூசி தட்டப்பட்டு தண்ணீரால் சுத்திகரிக்கப்பட்டு; பின்னர் அவற்றில் பயணித்தனர்.

பந்தய வண்டிகள் பந்தய காலங்களுக்கு முன்னர் அவற்றின் இருப்பிடங்களில் இருந்து எடுக்கப்பட்டுச் சுத்தம் செய்யப்பட்டு ஆசாரியின் பட்டறைகளுக்குக் கொண்டு செல்லப்படும். அங்கு அவை சீரமைக்கப்பட்டு, அலங்கரிக்கப்பட்டு, பந்தயத்தில் பயன்படுத்தப் படுகிறது. பந்தயத்தில் மாடுகளின் அழகோடு வண்டிகளும் மக்களால் பார்த்து இரசிக்கப்படுகிறது.

24. மாட்டுவண்டி தடைக்கட்டை (பிரேக்)

மாட்டுவண்டியில் பயணிக்கும் போது தேவையான நேரங்களில் வண்டியின் கட்டுப்பாட்டை வண்டியின் ஓட்டுனர் தனது கட்டுப் பாட்டிற்குள் கொண்டுவர சில எளிய தொழில்நுட்பங்களைப் பயன்படுத்தி அதில் வெற்றியும் கண்டுள்ளனர்.

வண்டி இறக்கத்தில் (பள்ளமான பகுதிகளில்) செல்லும் போது மிகவும் வேகமாக வண்டியின் சக்கரம் உருளும்: மாடுகளை இடித்துத் தள்ளும் இதனால் மாடுகள் அதிவேகமாக வண்டியை இழுக்க முற்படும். அதுவும் பாரமேற்றிச் செல்லும் வண்டியாக இருப்பின் மாடுகளின் நடை தளர்ந்து தடுமாறும் இதனால் வண்டி கவிழ்ந்து விடவும் வாய்ப்புள்ளது. இதனைத் தடுக்க நம் முன்னோர்கள் "வில் முறுக்கி" என்ற தடைக்கட்டை (பிரேக்கட்டை) என்ற ஒன்றைப் பயன்படுத்தியுள்ளனர்.

இது ஏறக்குறைய ஐந்தடி நீளமும் நான்கு அல்லது ஐந்து அங்குல தடிமனும் உடையது. இக்கட்டை பின்புறமாக இரண்டு சக்கரங் களையும் தொட்டவாறு நீளமான கயிற்றின் உதவியுடன் கட்டையின் இருமுனைகளும் சக்கரங்களை உள்ளடக்கி வண்டியின் இருபுறங்களின் வழியாகவும் நுகத்துடன் இழுத்துக் கட்டப்பட்டுருக்கும்.

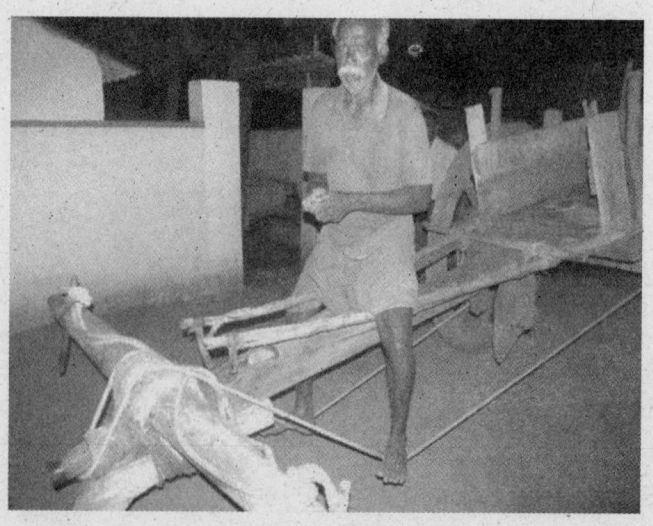

வண்டி இறக்கத்தில் இறங்கும்போது வண்டி ஓட்டுனர் தம் வலது காலை வலதுபக்கக் கயிற்றின் மீதும் இடது காலை இடது பக்கக் கயிற்றின் மீதும் வைத்து மிதித்து அழுத்தம் கொடுப்பார் அப்போது வண்டியின் வேகக்கட்டுப்பாடு ஓட்டுனரின் வசமாகிவிடும் மாடுகளின் இழுக்கும் திறனுக்கு ஏற்ப கயிற்றில் கொடுக்கும் விசையைத் தளர்த்தி வண்டியைத் தடம் புரளாமல் ஓட்டிச் செல்வார்.

மாட்டுவண்டி உயரமான இடங்களில் (ஏற்றத்தில்) ஏற நேரிடும் போது ...குறிப்பாக மலைப் பாங்கான இடங்களில், பள்ளமான பகுதியில் இருந்து மேடான பகுதிக்கு ஏறும் போது வண்டியின் பாரத்தை மாடுகள் இழுக்கச் சிரமப்படும்... இதனால் உயரப் பாதைகளில் அப்படியே நின்றுவிட முற்படும். இத்தகைய நிலமைகளில் வண்டியின் சக்கரங்கள் கீழ்நோக்கி (பள்ளத்திற்குள்) உருள துவங்கும். இதனால் வண்டித் தலைகீழாக உருண்டு பெருத்தச் சேதத்தை ஏற்படுத்திவிடும். வண்டி ஓட்டுனரால் வண்டியைக் கட்டுக்குள் கொண்டுவர இயலாது. இதனைத் தடுக்க மிக எளிய நுட்பமான தடைக்கட்டை ஒன்றைப் பயன்படுத்தியுள்ளனர்.

இதனை "நாய்க்குட்டிகட்டை" என்கின்றனர் 6 அடி நீளமும் 4 அங்குலம் தடிமனும் உடைய மரக்கட்டை ஒன்றை சக்கரங்களின் பின்னால் தரையில் கிடக்குமாறு வண்டியோடு இணைத்துக் கட்டுகின்றனர். சக்கரங்களுக்கு இடையே உள்ள தெப்பக்கட்டையில் ஒரு கயிற்றையும் சக்கரத்தின் வெளிப்புறத்தின் அச்சில் ஒரு கயிற்றையும் இணைத்து இரு கயிற்றையும் கட்டையோடு இணைத்துக் கட்டி யிருப்பர் இந்தக் கட்டை சக்கரத்தின் பின்னால் தரையோடு ஒலி எழுப்பிக் கொண்டே வரும். வண்டி ஏற்றத்தில் செல்லும் போது சக்கரங்கள் கீழ் நோக்கி இழுக்கும் பட்சத்தில் இந்தக் கட்டை, சக்கரங்களைத் தடுத்து நிறுத்தி விடும். அதற்குள் மாடுகள் சுதாகரித்து வண்டியை மேலே இழுத்துச் சென்று விடும். வண்டி சமதளத்தில் (வீட்டில்) இருந்து கிளம்பும் போதே ஏற்றமான பகுதிகளுக்குச் செல்ல வேண்டியது இருப்பின் இந்த நாய்க்குட்டிக் கட்டையை வண்டியில் இணைத்து விடுவார். வண்டியின் பின்னால் கட கட என்ற ஒலியுடன் வண்டியோடு இழுக்கப்பட்டு வரும் இந்தக் கட்டை வண்டி செல்லுமிடமெங்கும் கூடவே சென்று ஏற்ற வேளையில் வண்டியைப் பாதுகாப்பதால் இது நாய்க்குட்டிக்கட்டை என்று அழைக்கப்படுகிறது (தகவல். செல்வம் புதியம் புத்தூர்).

25. வண்டிகளின் பயன்பாடு

மாட்டு வண்டிகளில் வில்வண்டி, சக்கடா வண்டி இரண்டுமே மக்களால் பெருமளவு தங்களின் வாழ்க்கை அன்றாடத் தேவை களுக்காகப் பயன்படுத்தப்பட்டு வந்துள்ளன. 1980கள் வரை மாட்டு வண்டிகளே போக்குவரத்து மற்றும் விவசாயத் தேவைக்காகப் பயன்படுத்தப்பட்ட முக்கிய சாதனமாக இருந்து வந்தது.

கிராமப்புறங்களில் வேளாண்மையே மிக முக்கியத் தொழிலாக இருந்து வருகிறது. வயல்கள், மற்றும் தோட்டப்பகுதிகளுக்கு விதைகள், நாற்றுகள், உரங்கள் போன்றவற்றை எடுத்துச்செல்ல வண்டிகள் பயன்பட்டன.

விவசாயக்களத்தில் பணிபுரிவோருக்கு உணவு முதலனாவற்றைச் சுமந்து செல்லும் பணியையும் வண்டிகளே செய்தன. அதோடு விளைச்சல் பொருட்களைக் கொண்டுவந்து சேர்ப்பதிலும் விளைச்சல் மற்றும் உற்பத்திப் பொருட்களைச் சந்தைகளுக்கு எடுத்துச் சென்று விற்று வருவதிலும் வண்டிகளே உதவியுள்ளன.

வேளாண் பணிகளுக்குப் பாரவண்டியே (சக்கடா) பெரும்பாலும் பயன்படுத்தப்பட்டன. பெரும் நிலக்கிழார்களின் நிலங்களில் நெல் அறுவடை முடிவுற்றதும், மூடைகளில் நெல் நிரப்பப்பட்டு, மாட்டு வண்டிகளில் ஏற்றப்பட்டு, வண்டிகள் ஒன்றன் பின் ஒன்றாக அணிவகுத்துச் செல்லும் அழகே அழகென்று அதைக் கண்டு வியந்த ஒருவர் விவரிக்கிறார்.

சோளம், கம்பு, குதிரைவாலி போன்ற சிறு தானிய வகைகளும் மூடைகளாக வண்டிகளில் ஏற்றப்பட்டு செல்லும். அதைப் போன்றே இடைப்பருவத்தில் விதைக்கப்படும் காணம், உழுந்து போன்றவற்றை வேரோடு பிடுங்கி, கட்டுகளாகக்கட்டி அதை வண்டிகளில் வைத்து வீட்டிற்குக் கொண்டு வருவர். பின்னர் அதனை உதிர்த்து பனை மட்டைகளால் ஒரே சீராக அடித்து உதறி, பின்னர் அவற்றை மூடை களில் கட்டுவர். இதனைப் போரடித்தல் என்பர்.

நெற்கதிர்கள் என்றால் பணியாட்களே நெற்கதிர்களைப் பாறைகளில் அடித்து உதிர்த்து, பின்னர் தூற்றி எடுப்பர். அதில் அதிக அளவிலானவற்றை அவ்வாறு செய்தல் இயலாதது. எனவே பெருமளவில் நெற்கதிர்களை ஒரு குறிப்பிட்ட இடத்தில் பரப்புவர்.

அவ்விடத்தைக் களம் என்பர். இதில் உழவுக்குப் பயன்படுத்தும் மாடுகளை அதாவது அந்த வீட்டில் வண்டிமாடாகவும் பயன்படுத்தும் காளைமாடுகளை விட்டு மிதிக்கச் செய்வர்.

அதனை வழி நடத்திச் செல்லும் விவசாயி மாடுகளைக் கதிர்கள் இருக்கும் அனைத்துப் பகுதிக்கும் ஓட்டிச் சென்று நடத்தி வருவார். பின்னர் நெற்கதிர்கள் மீண்டும் மீண்டும் உதறிவிடப்பட்டு நெற்கள் உதிரும்படி மாடுகளால் போரடிக்கப்படுகிறது.

விளைபொருட்களை விற்பனை செய்ய சந்தைகளுக்குக் கொண்டு செல்லுதல் இந்த மாட்டு வண்டிகளின் மூலமாகவே நடைபெற்றன.

தானியங்களின் அறுவடை நேரங்களில், அவற்றின் மூடைகளுடன் மாட்டு வண்டிகள் வரிசையாக வண்டித்தடங்களில் செல்லும். குறிப்பிட்ட அளவு எடைக்கு மேல் வண்டிகளில் ஏற்றமாட்டார்கள்.

ஆனாலும் சில நேரங்களில் மாடுகள் வெகு தூர நடை பயணத்தினால் இழுக்க கடினமாக உணருதலை அவற்றின் நடை தளர்ச்சியின் மூலம் வண்டியோட்டிகள் கண்டுணர்ந்து கொள்வர்.

சில வேளைகளில் அவற்றின் பாரம் குறைக்க வண்டியோட்டி வண்டியிலிருந்து கீழிறங்கி மாடுகளுக்குப் பின்னால் நடந்து செல்வதும் உண்டு.

உழவு, பாரமேற்றிச் செல்லுதல், போரடித்தல் போன்ற கடினமான வேலைகளைச் செய்யும் காலக்கட்டங்களில் மாடுகளை அக்கறையுடன் கவனிப்பர். மாடுகள் இத்தகைய பணிக்காலங்களில் எளிதில் உடல் சோர்வடையாமல் இருக்க, ஊரவைத்த பருத்தி விதை கொண்டைக்கடலை, பச்சரிசி போன்ற சத்தான உணவு வகைகள் அளிக்கப்பட்டு பராமரிக்கப்பட்டன. வீட்டிற்கு வந்ததும் இரவில் மாடுகளுக்குக் கண்ணேறு (தீக்கண்திருஷ்டி) கழித்தல் செய்தலும் நடைபெற்றுள்ளது.

சிறிது உப்பு, மிளகாய்வத்தல், முச்சந்தியில் கிடக்கும் சிறிதளவு மண் இம்மூன்றையும் ஒரு பழைய துணியில் சுற்றி மாட்டின் தலை முதல் கால்வரை மௌனமாகத் தடவி, பின்னர் அதனைத் தொழுவத்தின் அருகில் தீயிட்டு எரிப்பர். இதனால் மாட்டிற்குப் பிறரது பொறாமை, கண்ணேறு போன்றவை ஏற்படாது என்பது நம்பிக்கை.

சந்தைகளுக்கு உற்பத்திப் பொருட்களை வண்டிகளில் கொண்டு செல்லும்போது, மாடுகளுக்கு உணவளித்துக் கொண்டு செல்வர். குறிப்பாக கருப்புக்கட்டிகளை ஏற்றிச் செல்லும் மாடுகளுக்கு

கருப்பட்டியை உடைத்து மாடுகள் உண்ணும் பக்குவத்திற்கு அவற்றை இடித்து உட்கொள்ளக் கொடுப்பதுண்டு.

இவ்வுணவு மாடுகளின் கால்கள் எளிதில் தளர்வடையாமல் இருக்க உதவும். அதோடு அக்காலத்திய முக்கிய தின்பண்டங்களுள் ஒன்றான கருப்புக்கட்டியைச் சுமந்து செல்லும் மாடுகளை வயிறார உண்ணச் செய்ய வேண்டும் என்ற நிறைவான மன நிலையே அதற்குக் காரணமென்று கூறுகின்றனர்.

நெல் அறுவடைக் காலங்களில், புதுநெல் அரிசியில் அடிக்கடி கஞ்சி காய்ச்சி மாடுகளுக்கு வைப்பர். இதனால் மாடுகள் புதுப் பொலிவுடன் காட்சியளிக்கும்.

26. மாட்டு வண்டிகளில் களவு (திருட்டு)

நெடுந்தூரப் பயணத்திற்கு மட்டுமல்லாமல் விளைபொருட்களை விற்பனை செய்வதற்காகக் கொண்டு செல்லவும் இவ்வண்டிகள் பெருமளவில் பயன்படுத்தப்பட்டன.

குறிப்பாகக் கருப்புக்கட்டி, வாழைத்தார்கள் போன்றவற்றைக் குறிப்பிட்ட சந்தைகளுக்குக் கொண்டு செல்வதற்காக வண்டிகள் பயன்படுத்தப்பட்டன. குறிப்பிட்ட வழித் தடங்களில் பயணிக்கும் இம்மாட்டு வண்டிகள் சில வேளைகளில் திருடர்களின் கண்களில் மாட்டுவதும் உண்டு. அதிலும் திட்டமிட்டுத் திருட்டுத்தொழிலில் ஈடுபடுபவர்கள் மிகவும் இலாவகமாக வண்டிகளிலுள்ள பொருட் களைத் திருடிச் சென்றுள்ளனர்.

பெரும்பாலும் தன்னந்தனியாகப் பயணிக்கும் வண்டிகளிலேயே இத்திருடர்களின் கைவரிசை அதிமாக இருக்கும். மாட்டு வண்டிக்கே உரிய தவிர்க்க முடியாத ‘கடகடா’ என்ற ஒலியும் மாடுகளின் காலடி ஓசைகளும் எத்தனை சாமர்த்தியமான வண்டியோட்டிகளையும் ஏமாற்றமடையச் செய்துவிடும்.

கருப்புக்கட்டிகளை வண்டிகளில் ஏற்றும்போது முதலில் வைக்கோல் பரப்பி அதன் மேல் ஓலைப்பாய்களை விரித்து வண்டியின் உட்பகுதியில் அமைக்கப்பட்டிருக்கும் அளியின் மட்டத்திற்கு அடுக்குவர். அதன் பிறகு பின்புறமும் முன்புறமும் ஓலைகளால் அடைத்து வைப்பர். ஓலைகள் ஒன்றோடொன்று இணைத்து நெருக்கமாகக் கட்டப்பட்டிருக்கும்.

இக்காவோலைகள் வண்டியின் ஓட்டத்தில் அசைந்து ஓசை எழுப்பும். இத்தகைய பாதுகாப்பான அமைப்பையும் மீறி திருடர்கள் வண்டியின் ஓசைக்கிடையே அடைக்கப்பட்டிருக்கும் ஓலையை வண்டியோட்டியின் காதில் விழாதவாறு கைநுழையும் அளவு கத்தியால் வெட்டி, துளையிட்டு கருப்புக்கட்டிகளை எடுத்து விடுவர். சந்தைக்குச் சென்று இறங்கிய பிறகே கருப்புக்கட்டி களவாடப்பட்டதை வண்டியோட்டி அறிவார். அதில் எவ்வளவு எடையுள்ள பொருட்களை எடுத்தால் தனது திருட்டு அறியப்படாமலிருக்கும் என்பதனைக் கூட திருடன் அறிந்து செயல்படுவானாம். அதாவது பெரும்பாலும் மாடு களால் இழுக்கக்கூடிய அளவுக்கே பாரம் ஏற்றுவது வழக்கம்.

ஆகவே அதிக எடையை இழுத்துச் செல்லும் மாடுகள் நுகத்தின் கீழ் தனது கழுத்தைக் கொடுத்து நிற்கும். இந்நிலையில் திருடர்களால் பின்புறம் எடை குறைய நேரிடும் போது மாடுகள் சுமை குறைந்த தினால் இலகுவாகி, தலையைச் சற்றுத் தளர்த்தி நடைபோடத் துவங்கும். மாட்டின் ஒவ்வொரு அசைவையும் நுட்பமாகக் கவனித் துணரும் வண்டியோட்டிகள் இதன்மூலம் திருடர்களைத்துரத்த கண்விழித்து விடுவர்.

கருப்புக்கட்டியைப் போன்றே வாழைத்தார்களையும் பின்புற மிருந்து களவாடிச் செல்வர். இதனால் குறிப்பிட்ட எடையுள்ள பொருட்களுக்கு மேல் திருடமாட்டார்களாம் (திருமதி டெய்சி ராணி சுந்தர், டோனாவூர்).

அதோடு, பொருட்களைச் சந்தைகளில் கொடுத்து விற்று, பணமாக்கிய பின்னர் அப்பணத்தை இதே வழியில்தானே கொண்டு வருவான் என்ற எதிர்பார்ப்பில் வழி மேல் விழி வைத்துக் காத்திருக்கும் திருடர்களும் உண்டு. அவர்களது வருகையைச் சரியாகக் கணித்து மறைத்துக் கத்தியைக்காட்டி மிரட்டி, பணம்பறித்துச் செல்வதும் உண்டு.

இதனால் விளைபொருட்களின் உரிமையாளர் சந்தைக்குச் சென்று பணத்தைப் பெற்றுக் கொண்டு வேறு வழியில் சென்று விடுவர். இது திருட்டைக் கட்டுப்படுத்தப் பெருமளவு உதவியது. ஆனாலும் பணத்தை உரிமையாளரிடம் ஒப்படைத்து விட்டு வெறுங்கையோடு வரும் வண்டியோட்டிகளைப் பெருத்த எதிர்பார்ப்போடு காணக் காத்திருக்கும் திருடர்கள் ஏமாற்றமடைந்து கோபத்தில் அடித்து உதைத்துத் துன்புறுத்திச் செல்வதும் உண்டு.

சந்தைக்குச் சென்று பணத்தைப் பெற்று வர வாய்ப்பற்ற சூழல்களில், வண்டிகளில் முளைக்குச்சிகள் ஊன்றப்படும்; பலகை களின் ஓரப்பகுதியில் வண்டி செய்யும்; தச்சர்கள் பணம் வைக்குமளவு, நுட்பமாகச் சிறிய கீறல் போன்ற அமைப்பை வண்டி தயாரிக்கும் போதே ஏற்படுத்தி வைப்பர். இது தச்சர் எஜமான், வண்டியோட்டி இம்மூவரையும் தவிர்த்து வேறு யாருக்கும் தெரியாமல் இரகசியமாக இருந்து வந்துள்ளது.

27. வண்டிப் பேட்டைகள்

தொலைவில் உள்ள சந்தைகளுக்கோ அல்லது குறிப்பிட்ட இடங்களுக்கோ வண்டிகளில் செல்லும் போது இடையில் அந்தப் பாதைகளில் செல்லும் மாட்டுவண்டிகளில் உள்ள மாடுகளை இளைப்பாறச் செய்யவும் பசியாற்றவும் பேட்டைகள் எனப்பட்ட இடங்கள் குறிப்பிட்ட தொலைவு இடைவெளிகளுக்கிடையே அமைக்கப் பட்டிருந்தன. வண்டிப் பேட்டைகளில் வண்டிகளை நிறுத்தவும், மாடுகள் தீனி மற்றும் தண்ணீர் அருந்தவும் வசதிகள் செய்யப் பட்டிருந்தன. பேட்டையைச் சுற்றிலும் மாடுகளின் உணவுப் பொருட் களான புண்ணாக்கு, பருத்திக்கொட்டை, தவிடு போன்றவை விற்கும் கடைகள் இருந்துள்ளன. அதோடு மாடு மற்றும் வண்டிகள் சார்ந்த கயிறு, தார்க்குச்சிகள், மூக்கணாங்கயிறுகள், பைகள் போன்றனவும், விற்கப்பட்டன. வண்டியோட்டிகளுக்கான உணவுக் கடைகளும் இருந்தன.

கிட்டத்தட்ட 40 முதல் 50 வண்டிகள் வரை நிறுத்தும் அளவிற்கு இந்த வண்டிப் பேட்டைகள் அமைக்கப்பட்டிருக்கும். வண்டிகளை நிறுத்தி மாடுகளை இளைப்பாறச் செய்திட குறிப்பிட்ட சிறிய தொகை அக்கால நாணய முறையில் (ஓர் அணா, இரண்டு அணா) நிர்ணயிக்கப்பட்டிருந்தது.

வண்டியோட்டிகள் தாங்கள் கொண்டு வந்த மாட்டுத் தீவனங் களையும் அளிக்கலாம். அங்குள்ள கடைகளில் வாங்கியும் மாடுகளின் பசியாற்றலாம். தாங்களும் உணவை உண்டு சற்று நேரம் இளைப்பாறிச் செல்ல இந்த வண்டிப் பேட்டைகள் பயன்பட்டன.

திருநெல்வேலி மாவட்டத்தில் உள்ள வள்ளியூரிலிருந்து நாகர்கோவிலில் உள்ள வடசேரிச் சந்தைக்கு மாட்டு வண்டிகள் செல்லும் போது இடையில், ஆரல்வாய்மொழி, வடசேரி, கோட்டாறு போன்ற இடங்களில் இத்தகைய வண்டிப்பேட்டைகள் இருந்தன. இதைப் போன்ற மற்ற அனைத்துப் பேரூர்களை இணைத்த சாலை களுக்கிடையே அடிக்கடி மாட்டு வண்டிகள் செல்லும் வழித் தடங்களில் வண்டிப் பேட்டைகள் அமைக்கப்பட்டிருந்தன. இவை ஓய்வெடுக்க மட்டுமின்றி, இரவுப் பயணத்தைத் தவிர்த்துப் பாதுகாப்பாகத் தங்கியிருக்கும் புகலிடமாகவும் விளங்கியுள்ளன.

மன்னர் ஆட்சிக்காலத்தில் வழிப்போக்கர்களுக்காக அமைக்கப் பட்டிருந்த சத்திரங்கள், கல்மண்டபங்களுக்கு அருகில் வண்டி மாடுகள் தண்ணீர் அருந்த தண்ணீர் தொட்டிகள் வைக்கப்பட்டிருந்தன.

சிங்கம்பட்டி என்ற ஊரிலிருந்து சொரிமுத்து ஐயனார் கோவிலுக்குச் செல்லும் பாதையில் கோட்டைமடம் என்ற இடத்தில் மாடுகளுக்கான தண்ணீர் தொட்டி இன்றும் உள்ளது.

28. சந்தையும் மாட்டு வண்டியும்

கிராமப்புறங்களுக்கு அருகில் இருந்த நகரப்பகுதிகளில் வாரம் ஒரு முறை கூடும் காய்கறிச் சந்தைகள் அன்றைய மக்களுக்கு மிகவும் பயனுள்ளதாக இருந்தன. வாரம் ஒருமுறை மக்கள் தங்கள் தேவைக்கான காய்கறிகளை, வீட்டு உபயோகப் பொருட்களை வாங்குவதற்காகப் பெரும்பாலும் கால்நடையாகவே சென்று சந்தைகளில் வாங்குவர். விவசாயிகளும் தங்கள் விளைப்பொருட்களை மாட்டு வண்டிகளில் கொண்டு வந்து வியாபாரிகளிடம் மொத்தமாக விற்பனை செய்வர். அவர்கள் அவற்றைப் பெற்று, சந்தைகளில் தங்களுக்கென்று முன் பதிவில் பெற்ற இடங்களில் அமர்ந்து சில்லரை வியாபாரம் செய்வர்.

காய்கறிகள் மட்டுமல்லாமல், வாழைப்பழங்கள் போன்ற பழவர்க்கங்கள், மீன், கருவாடு போன்ற இறைச்சி வகைகள், ஆடு, கோழி போன்ற உயிர் உள்ள பிராணிகள் ஆகியனவும் விற்கப்படும். வீட்டுச் சமையல் பயன்பாட்டிற்கான மண்பானை வகைகளும், அவை உற்பத்தியாகும் இடங்களில் இருந்து மாட்டு வண்டிகளில் கொண்டு வரப்பட்டுள்ளன. இதனால் சந்தையைச் சுற்றி பல மாட்டு வண்டிகள் வருவதும் போவதுமாக இருக்கும்.

சந்தையில் வந்து பொருட்களை இறக்கிவிட்டு வீடு திரும்பும் மாட்டு வண்டிகள் பாரவண்டிகளே. சந்தைக்கு வந்து பொருட்களை வாங்கி வீடு திரும்புவோரும் இவற்றில் ஏறிப் பயணிப்பதும் உண்டு (திரு.இராசதுரை, சண்முகபுரம்).

சற்று வளம் படைத்தோர்கள் வில்வண்டிகளில் வந்து பொருட்களை வாங்கிச் செல்வதும் உண்டு. மொத்தத்தில் சந்தைகளைச் சுற்றி மாட்டு வண்டிகள் மதில்களாக நிற்பதும் கலைவதுமாக இருந்துள்ளன.

29. மாடுகளின் பராமரிப்பு

வண்டி இழுக்கப் பயன்படுத்தும் மாடுகளை மற்ற மாடுகளைக் காட்டிலும் அதிக அக்கறையுடன் பேணினர். அவற்றின் உடல்நலத்தில் அதிக ஈடுபாடு காட்டினர். பெரும்பாலும் வண்டி மாடுகளே உழவுக்கும் பயன்படுத்தப்பட்டன.

இந்த மாடுகளின் உணவு முறைகளில் அதிக அக்கறை செலுத்திப் பராமரித்தனர். வண்டி மாடுகளுக்கான உடல் திடமானதாகவும் நோய்கள் இன்றி ஆரோக்கியமானதாகவும் இருந்தால்தான் கடினமான வேலைகளைச் செய்ய இயலும். அவை,

இலகுவாகப் பாரம் இழுக்க ஏற்ற விதத்தில், மாடுகளின் உடல் அதிக எடையுடையதாய் இல்லாமலும், மிடுக்கான தோற்றத்துடன் காட்சியளிக்க உதவும் உணவுகளையே குறிப்பிட்ட நேர இடைவெளியில் கொடுத்தனர்.

அவை கட்டப்பட்டிருக்கும் மாட்டுக்கொட்டில்களைத் தூய்மையாகப் பாதுகாத்தனர். ஏனெனில் மாடுகளின் கால் குளம்புகள் ஈரத்தில் அதிக நேரம் இருந்தால் அதன் குளம்புகள் எளிதில் கழன்று விடும். அதோடு புண்களும் ஏற்படும். எனவே, ஈரமான இடங்களில் நடந்து வந்த மாடுகளின் கால்களைத் துணிகளால் துடைத்தனர். வாரம் ஒருமுறை மாட்டுத்தொழுவத்தில் சாம்பிராணிப் புகையிட்டனர்.

இதனால் கொசுக்கள், ஈக்கள் போன்றவை கட்டுப்படுத்தப்படும். சாம்பிராணி போட இயலாதவர்கள் கொசுமிகும் மழைக் காலங்களில் வைக்கோல் அல்லது தானியக் கட்டைகளை எரித்து புகைமூட்டம் ஏற்படுத்தி, கொசுக்களையும் பூச்சிகளையும் கட்டுப்படுத்துவர். மாட்டு மூத்திரம் தேங்கிடாமல் கீழ் நோக்கி வடிந்து செல்ல ஏற்ற விதத்தில் தரை அமைக்கப்படுகிறது. சதுர வடிவிலான பெரிய கற்களைப் பதித்து வைப்பதும் உண்டு. நல்ல காற்றோட்டத்துடன் சூரிய வெளிச்சம் நன்கு விழும்படியான அமைப்புடன் மாட்டுத்தொழுவம் கட்டப்படுகிறது.

எப்போதும் மாட்டின் முன்னர் தீனி இருக்கும்படி பார்த்துக் கொள்வர். தொடர்ந்து மாடுகள் வண்டி இழுக்க வேண்டிய நிலையில்லாத காலங்களிலும் மாடுகள் அவ்வப்போது நடைப்பயிற்சிக்காகக் குறிப்பிட்ட தூரம் வரை கொண்டு செல்லப்பட்டு மீண்டும் கட்டப்

பட்டன. இதனால் மாடுகள் எப்போதும் சுறுசுறுப்புடன் இருப்பதோடு உடல் நலத்துடனும் காணப்படும். "கட்டிப் போட்ட காளை காலணாவும் பெறாமல் போகும்" என்ற சொலவடை இதையே குறிக்கின்றது.

பந்தயத்திற்காக வளர்க்கப்படும் மாடுகளும் நடைப்பயிற்சியில் ஈடுபடுத்தப்படும். பந்தய நாட்களுக்கு சுமார் 3 மாதங்களுக்கு முன்பு தினமும் அதிகாலையில் குறைந்தது ஒரு மணி நேரமாவது நடைப்பயிற்சிக்கு அழைத்துச் செல்லப்படுகின்றன. சத்தான உணவுப் பொருட்களும் அளிக்கப்பட்டுப் பராமரிக்கப்படுகிறது.

மாடுகளின் உடல் கட்டமைப்பு மற்றும் அவற்றின் வனப்புகளை வைத்தே அவை பந்தய மாடுகள் என்று சாதாரண மக்களும் கணித்து விடுவர்.

30. மலைப்பகுதி வண்டி

போக்குவரத்து மற்றும் சரக்கு வண்டிகளாக மாட்டுவண்டிகள் பயன்படுத்தப்பட்ட காலக்கட்டங்களில், மலைப்பிரதேசங்களிலும் மாட்டு வண்டிகள் கணிசமான அளவில் பயன்படுத்தப்பட்டுள்ளன. சமவெளிப் பகுதிகளில் பயன்படுத்தப்பட்டதைப் போல் அதிக அளவில் பயன் படுத்தப்படவில்லை.

ஆயினும் மலைப்பகுதிகளில் மட்டுமே விளையும் விளைச்சல் பொருட்களைச் சமவெளிக்குக் கொண்டு வரவும், சமவெளிப் பகுதிகளில் கிடைக்கும் பொருட்களை மலைப்பகுதிகளுக்குக் கொண்டு செல்லவும் மாட்டுவண்டிகளே பயன்படுத்தப்பட்டுள்ளன.

மலைப்பாங்கான இடங்களில் அதிகமான மேடு பள்ளங்கள் மிகுந்திருப்பதால் அவற்றில் மாடுகளை வண்டியில் பாரத்தோடு இழுத்துச் செல்வதில் மிகுந்த சிரமம் இருந்தது. உயரமான மேடுகளில் ஏறும்போது மாடுகள் கடினப்பட்டே இழுத்துச் சென்றிருக்கின்றன. அதைப்போன்று இறக்கத்தில் செல்லும் போதும் மிகவும் கவனத்துடன் வண்டியைச் செலுத்த வேண்டியிருந்தது. சமவெளிப்பகுதிகளைப் போன்று அதிக எடைகளை வண்டிகளில் ஏற்றிவிட முடியாது. மலைப்பகுதியில் அதற்கென்று அப்பகுதியில் நடந்து பயிற்சி பெற்ற மாடுகளையே பயன்படுத்த முடியும்.

பெரும்பாலும் சமவெளிப்பகுதியிலிருந்து விளைபொருட் களைச் சுமந்து செல்லும் வண்டிகள் அங்குள்ள சந்தைகளில் பொருட் களை இறக்கிவிட்டு உரிய நேரத்தில் மொத்தமாக அனைத்து வண்டி களும் திரும்பும். யானை, காட்டெருமை போன்ற மலைவாழ் விலங்கு களை எதிர்த்து மீண்டு செல்லவும் இந்த அதிக எண்ணிக்கையிலான வண்டிகள் உதவியதாகக் கூறுகின்றனர்.

ஒற்றை மாட்டு வண்டிகளும் மலைப்பகுதிகளில் பயன்படுத்தப் பட்டுள்ளன. 1960களிலும் அதற்கு முன்பும் வீட்டு மனிதக் கழிவுகளைக் குறிப்பிட்ட நாட்களுக்கு ஒரு முறை வந்து அதற்கென்று அமைக்கப்பட்ட கொள்கலன்களிலிருந்து எடுத்து, இத்தகைய ஒற்றை மாட்டு வண்டிகளில் வைக்கப்பட்டிருக்கும் உயரமான தகர (Plastic) ட்ரம்களில் எடுத்துச் சென்றனர். இத்தகைய வண்டிகளுக்குக் கழிவு வண்டி அல்லது 'பீ வண்டி என்று பெயர் (அருட்திரு தேவராஜ். நீலகிரி மாவட்டம்).

31. மாட்டு வண்டிகளின் இன்றைய நிலை

மாட்டு வண்டிகள் வாழ்க்கையின் இன்றியமையாததாகக் கருதப்பட்ட காலம் மாறி இன்று 'சக்கடா வண்டியை' மாதிரிகளாகச் செய்து விளக்க வேண்டிய நிலையாகிவிட்டது. குக்கிராமங்களில் எங்காவது மாட்டு வண்டியைத் தமது அத்தியாவசியத் தேவைக்காகவும், விரும்பியும் பயன்படுத்தியவர்கள் அதனை முழுமையாக நிராகரித்து விட இயலாமல், அவ்வப்போது மாட்டு வண்டியை ஓட்டுபவர்களாக இருக்கத்தான் செய்கிறார்கள்.

திருக்குறுங்குடி என்ற ஊரில் கோவிலுக்குச் சொந்தமான யானை ஒன்று உள்ளது. அதனைச் சுற்றியுள்ள கிராமங்களுக்குப் பக்தர்களுக்கு ஆசி வழங்கும் விதமாகக் குறிப்பிட்ட நாட்களுக்கு ஒருமுறை அதனை அழைத்துச் செல்கின்றனர். அந்த யானைக்கு வேண்டிய உணவுகளை மாட்டு வண்டியில் வைத்து யானையின் பின்னால் வரும்படிப் ஏற்பாடு செய்துள்ளனர்.

யானைக்குப் பின்னால் தழை, கிளைகளோடு அழகிய மாடு களோடு மரச்சக்கரம் பொருத்தப்பட்டு முழுமையான மாட்டு வண்டி மெதுவாக வருவது மிகவும் அழகு. யானையை வேடிக்கை பார்ப்ப தோடு இந்த மாட்டு வண்டியையும் வியப்புடன் பார்த்து மகிழ்கின்றனர்.

பணகுடியைச் சுற்றிய கிராமங்களில் பொங்கல் பண்டிகையை ஒட்டி ரேக்ளா பந்தயம் மிக விமரிசையாக நடப்பதால், போட்டிகளில் கலந்து கொள்ளும் போட்டியாளர்களின் வீடுகளில் பந்தய வண்டிகள் சிறியதும் பெரியதுமாக நிற்கின்றன.

வள்ளியூரிலிருந்து பணகுடி செல்லும் பாதையில் புதியம்புத்தூர் என்ற கிராமத்தில் உள்ள திரு.செல்வம் என்பவர் மட்டுமே ஏழு எட்டு பந்தய வண்டிகள் வைத்துள்ளார். இவர் பணகுடியில் நடை பெறும் மாட்டு வண்டிப் பந்தயத்தில் தொடர்ச்சியாக முதலிடத்தைப் பிடித்து வருபவர். மிகவும் பழைய வண்டிகளும் அவரது தோட்டத்தில் ஆங்காங்கே நிற்கின்றன. அவற்றைக் கூட முற்றிலும் உபயோக மற்றதாகக் கருதி அகற்ற விருப்பம் இல்லை என்கிறார்.

உரிமையாளர் உபயோகப்படுத்துவதற்கான வண்டிகள் பாது காப்பான கூடாரங்களில் வரிசையாக நிறுத்தப்பட்டுள்ளன. அவற்றின்

அருகே பந்தய மாடுகள் சின்னஞ்சிறு கன்றுகளிலிருந்தே இணை இணையாகக் கட்டிப் போடப்பட்டுள்ளன. காற்றோட்டமான அந்தப் பெரிய நீண்ட மாட்டுத் தொழுவத்தில் பத்து இணைகளுக்கும் மேற்பட்ட மாடுகள் வளர்க்கப்படுகின்றன.

அவர் 30 ஆண்டுகளுக்கு முன்பு நூற்றுக்கணக்கான மாடுகளை வளர்த்துள்ளதாக கூறுகிறார், பழைய நினைவுகளை அசை போட்டவராய். அந்தத் தொழுவத்தில் அன்றைய மாடுகளின் திரட்சியும் இன்றைய வெறிச்சோடிய நிலையும் மாட்டுவண்டிகளின் பரிதாப நிலையை எடுத்துக் காட்டின.

திருநெல்வேலி மாவட்டம் நான்குநேரி தாலுகாவில் உள்ள ஏர்வாடி என்ற பேரூருக்கு அருகில் 5 கிலோமீட்டர் தொலைவில் உள்ள டோனாவூர் என்ற வரலாற்றுச் சிறப்புமிக்க ஊர் உள்ளது. அதில் 1900ஆமாவது ஆண்டுகளில் அயர்லாந்து நாட்டிலிருந்து வந்த ஏமிக்கார் மைக்கேல் என்ற கிறித்தவ மிசனெரி பெண்மணியால் ஏற்படுத்தப்பட்ட கைவிடப்பட்ட பெண்களுக்கான காப்பகம் ஒன்று உள்ளது.

அந்த அமைப்பில் இருபதாம் நூற்றாண்டின் துவக்கத்தில் ஐரோப்பியர்கள் மிஷனெரிகளாக வந்து மருத்துவர்கள், செவிலியர்கள், பொறியாளர்கள், பணிப்பெண்கள் என்று நூற்றுக்கணக்கானோர் திருமறைப்பணியும் சமூகப்பணியும் ஆற்றியுள்ளனர்.

அக்காலக்கட்டத்தில் அவர்களது போக்குவரத்திற்காக மாட்டு வண்டிகளைப் பயன்படுத்தினர். பாரவண்டிகள், வில்வண்டிகள், கூண்டுவண்டிகள் போன்றன பெருமளவில் பயன்படுத்தப்பட்டன.

வண்டி இழுப்பதற்கென்றே அன்றைய சிறந்த வகை மாடுகளைப் பயன்படுத்தியுள்ளனர். வண்டிகளை நிறுத்துவதற்காகத் தனித்தனி கொட்டகைகள் போடப்பட்டுள்ளன. வண்டிக் கூண்டுகள் வைப்பதற்கு என்றும் தனிக் கொட்டகைகள் போடப்பட்டுள்ளன. அன்று பயன்படுத்தப்பட்ட வண்டிகள் இன்றும் மிகவும் பழமையானதாக வரிசையாக நிறுத்தி வைக்கப்பட்டுள்ளன.

மிஷனெரி ஏமிகார்மைக்கேல் பயன்படுத்திய மிகப் பழமையான வில் வண்டியும் நினைவுச் சின்னமாக வைக்கப்பட்டுள்ளது. இன்றும் அந்தக் காப்பகத்தைப் பார்வையிட நம் நாட்டின் பல்வேறு பகுதியிலிருந்தும் வெளிநாடுகளில் இருந்தும் வருகின்றனர். அவர்களுக் கெல்லாம் இந்த மாட்டு வண்டிகள் தங்களின் முக்கியத்துவத்தைக் கூற இயலாமல் மௌனமாய் தலை கவிழ்ந்து நிற்கின்றன. (படம் 9 (A) ப.124).

டோனாவூருக்கு அருகில் மூன்று கிலோமீட்டர் தொலைவில் உள்ள கோதைச்சேரி என்ற கிராமத்தில் வில்வண்டி ஒன்று ஒரு வீட்டின் முன்பு அதற்கான கொட்டகையில் நிற்கிறது. அந்த வில்வண்டியில் பயணித்த நினைவில் மகிழும் திரு.சுடலைக்கண்ணு என்ற பெரியவர் "நான் பயன்படுத்திய இந்த வில்வண்டியை அப்புறப்படுத்த என்னால் இயலவில்லை. எனது காலம் வரை என் கண்ணெதிரே இருக்கட்டும் என்று நிறுத்தியிருக்கிறேன். இதை விலைக்குக் கேட்டு நிறைய பேர் வந்தார்கள், நான் கொடுக்க மறுத்து விட்டேன்" என்கிறார். அந்த கிராமத்திற்கே பேரழகாய் விளங்கும் அந்த வில்வண்டி இன்றும் நினைவுச் சின்னமாய்க் காட்சியளிக்கின்றது.

பிற்சேர்க்கைகள்

1. டயர் வண்டிகள்

மரச்சக்கரங்களுக்குப் பதிலாக டயர் சக்கரங்கள் பொருத்தப்பட்ட மாட்டு வண்டிகள் தற்போது எண்ணிக்கையில் அதிகமாகக் கிராமப் புறங்களில் காணப்படுகின்றன. டயர்கள் மரச்சக்கரங்களின் விலையை விடக் குறைவாக இருப்பதனாலும், பயன்பாட்டிற்கு இலகுவாக இருப்பதனாலும் பயன்படுத்துகிறோம் என்கின்றனர் பயன் பாட்டாளர்கள்.

அதோடு மாடுகள் எளிதாக வண்டியை இழுத்துச் செல்லுகின்றன என்கின்றனர். அதிலும் மரச்சக்கர வண்டிக்கு இந்த டயர் வண்டிகள் இணையாகாது என்றும் சிலர் கூறுகின்றனர்.

மரச்சக்கரங்கள் பூட்டப்பட்ட வண்டிகள் மிகவும் அருகிவிட்டன. பணகுடி பகுதியைச் சுற்றிய சில கிராமங்களில் குறிப்பாக பணகுடி, பழவூர், காவல்கிணறு, திருக்குறுங்குடி போன்ற ஊர்களில் ஒன்றி ரெண்டு மரச்சக்கர மாட்டுவண்டிகள் உள்ளன. இவைகளும் சக்கடா வண்டிகள்தான், வில் வண்டிகளைப் பார்க்கவே முடியவில்லை.

2. அலிகார்

அலிகார் எனப்படும் ஒட்டன் வகை மாடுகள் வண்டியில் பூட்ட விரும்பும் சிறந்தவகை மாடுகளாகும். இவற்றின் கொம்புகள் நீளமான தாகவும் கூரிய குறைந்த தடிமனாகவும் இருக்கும். இவ்வகை மாடுகள் மிகவும் இரசிக்கப்பட்டன. இம்மாடுகளை இதனால் விலையும் அதிகம் கொடுத்துப் பெற வேண்டியிருந்தது.

அலிகார் வகை மாடுகள் போன்றே காட்சியளித்த மலையாள மாடுகள் சந்தைகளில் அலிகார் வகை மாடுகள் என்று கூறப்பட்டு, அதிக விலைக்கு விற்கப்பட்டன. ஆனால் இவ்வகை மாடுகளின் கொம்புகள் பருமனாக இருக்கும். இது ஒன்றுதான் இவ்விரு மாடுகளுக்கிடையே வேறுபாடு. எனவே விற்பனையாளர்கள் மலையாள மாடுகளின் கொம்புகளைச் சீவி, அலிகார் வகை மாட்டின் கொம்பைப் போன்று கூரியதாக்கி விடுவர். இருப்பினும், மாடு பிடித்தலில் தேர்ந்தவர்களால் இத்தகைய மாறாட்டங்கள் கண்டுபிடிக்கப்பட்டு விடும்.

அலிகார் மாடுகளுக்கான விலையைக் கொடுக்க இயலாத வண்டிக்காரர்கள் அதே தோற்றப் பொலிவுடன் காணப்படும் மலையாள மாடுகளை வாங்கிப் பயன்படுத்திக் கொள்வதும் நிகழ்ந்துள்ளது.

3. அரிக்கேன் விளக்கு (பிற்சேர்க்கை)

இரவில் மாட்டு வண்டியில் பயணிப்பவர்கள் பாதையில் வெளிச்சம் தெரிய "அரிக்கேன்" எனப்படும் மண்ணெண்ணெய் விளக்கைப் பயன்படுத்தினர். இரண்டு மாடுகளுக்கும் நடுவில் மையப் போல்(நடுபோல்) கம்பில் தொங்கவிடப்பட்டிருக்கும் இவ்விளக்கு மெல்லியதாக எரியவிடப்பட்டிருக்கும். வண்டியின் அசைவிற்கு ஏற்ப மெலிதான அசைவுடன் ஒளியை வெளிப்படுத்திச் செல்லும். இவ் விளக்கு லாந்தர் விளக்கு என்றும் அழைக்கப்படுகிறது.

4. வண்டிமை தயாரித்தல்

மாட்டு வண்டியில் சக்கரம் இணைக்கப்பட்டுள்ள குடத்தின் வெளிவாய்ப் பகுதியில் வண்டியின் அச்சு சக்கரத்துடன் இணைத்து கடையாணி செருகப்பட்டிருக்கும். இதில் வண்டிச் சக்கரம் உருளும் போது ஏற்படும் உராய்வினால் தேய்மானம் அடையாமலும் இலகுவாகச் சுழலும் வண்ணமாக அந்நாட்களில் வண்டிமை என்ற உராய்வைத் தடுக்கும் பொருள் பயன்படுத்தப்பட்டது. இதை வண்டி உரிமையாளர்களே மிகவும் எளிய முறையில் தயாரித்துக் கொள்வர். இது உராய்வைத் தடுக்க தற்காலத்தில் பயன்படுத்தப்படும் கிரீஸ் என்ற மசகு பொருளுக்கு இணையாகப் பின்வருமாறு தயாரிக்கப்பட்டது.

வைக்கோல்களை எரித்து அதில் கிடைக்கும் சாம்பலை விளக்கெண்ணெயில் கரைத்து, பசை போன்று ஆக்கிக் கொண்டனர். இதுவே வண்டிமை எனப்பட்ட மிகச் சிறந்த உராய்வைத் தடுக்கும் பொருளாகப் பயன்பட்டது.

குறிப்பிட்ட மைல்கல் தூரம் வரை ஓடியதும் வண்டிச் சக்கரத்தில் உராய்வு ஏற்படும். உராய்வினால் ஏற்படும் ஓசையினால் இதனை நன்கு அறிந்து சக்கரங்களை வண்டியிலிருந்து கழற்றி தரைமட்டமாகச் சாய்த்து (கிடத்தி) மையிடுவர். இதனால் வண்டியின் சுழற்சியில் ஈடுபடும் உட்பொருட்கள் அனைத்தும் உறுதித் தன்மை குறையாமல் நீண்டு உழைக்கும். அதோடு எளிதாகச் சுழலச்செய்யும். மாடுகள் எளிதாக இழுத்துச் செல்லத் துணை நிற்கும். தற்போது இப்பழக்கம் குறைந்து கிரீஸ் வாங்கித் தடவும் பழக்கமும் ஏற்பட்டுள்ளது.

5. கொம்பு முளைத்தல்

குறிப்பிட்ட காலத்திற்குள் மாடுகளுக்குக் கொம்புகள் முளைக்காவிட்டால் வேப்பெண்ணெயைக் காய்ச்சி அம்மாட்டின் உச்சந்தலையில் ஊற்றி வர வேண்டும். இவ்வாறு தொடர்ந்து செய்து வந்தால் கொம்புகள் முளைக்கத் துவங்கிவிடும்.

6. மரப்பொடி அடுப்பு

தச்சர்களின் பட்டறையில் பெருமளவு கிடைக்கும் மரப்பொடியை மூடைகளில் கட்டி, பிற இடங்களில் சென்று விற்பனை செய்யவும் ஒற்றை மாட்டு வண்டிகள் பயன்படுத்தப்பட்டன.

மரப்பொடி அடுப்பு என்ற பெயரிலான அடுப்பிற்கு எரி பொருளாகப் பயன்படுத்தப்பட்ட இந்த மரப்பொடி குறைந்த விலையில் விற்கப்பட்ட சிறந்த எரிபொருள். வியாபாரிகள் இதை விலைக்குப் பெற்று கிராமங்களில் சென்று விற்றனர். ஒற்றை மாட்டு வண்டிகளைப் பயன்படுத்துவதால் ஒரு மாட்டிற்குத் தீவனம் போட்டு பராமரிப்பது செலவைக் குறைக்கும். அதோடு குறைந்த பொருட்களை ஏற்றிச்செல்லவும் பிற இடங்களில் தங்குவதற்கும் மிகவும் -ஏற்ற வகையாக இருந்தது, இதன் கூடுதல் சிறப்பாகும்.

துணைநூல் பட்டியல்

1. தமிழக வரலாற்றில் சில போக்குகள், கி.ரா.சங்கரன், பாவை பதிப்பகம், சென்னை - 2012.

2. தமிழக வரலாறு, Dr.மா.இராச மாணிக்கனார், பாவை பதிப்பகம் சென்னை - 2013.

3. உலகைமாற்றிய உன்னத கண்டுபிடிப்புகள், எஸ்.அனிதா, மொதட்டூர் பேட்டை - 2010.

4. காங்கேய காளை, முனைவர் ந.குமரவேல், என்.சி.பி.எச்., முதல்பதிப்பு - 2015.

5. மாடு, குதிரைகள், பறவைகள் இலட்சணங்களும் வைத்தியரும், சரஸ்வதிமஹால் நூலகம், தஞ்சாவூர்.

6. இரவாள பழங்குடிகளின் வாழ்வியல், முனைவர் த.விஜயலட்சுமி ஜூபிடர் பிரிண்டர்ஸ், சென்னை - 942012.

7. தமிழ்ச் சமூகத்தில் வாய்மொழிக் கதைகள், ஞா.ஸ்டீபன், பாவை பதிப்பகம், சென்னை - 14.

8. ஒடுக்கப்பட்ட சமுதாயம் வரலாறு படைத்தது, Dr.ஐ.வி பீட்டர், சென்னை - 142013.

தகவலாளர் பட்டியல்

1. S. குமரேசன் ஆசாரி, வயது(56), களக்காடு.
2. M. இசக்கியப்பன், (62) களக்காடு.
3. T. செல்வம், (65) (ரேக்ளா வீரர்) புதியம்பத்தூர், பணகுடி.
4. S. ஆறுமுகம், (65) புலியூர்க் குறிச்சி.
5. சுடலைமுத்து ஆசாரி, (85) கோவிலம்மாள்புரம்.
6. பீட்டர் பெர்னான்ஸ், (78) தூத்துக்குடி.
7. கிருபா, (47) பனிசகுளம்.
8. கிட்டு, (73) (ஜமீன்தார் மாட்டுவண்டி பொருப்பாளர்) சிங்கம்பட்டி.
9. முருகன் ஆசாரி, (62) பணகுடி.
10. குப்புசாமி ஆசாரி, (62) பணகுடி.
11. சுப்பிரமணியன் ஆசாரி, (57) பணகுடி.
12. ஐயாகுட்டி ஆசாரி, (50) பணகுடி.
13. A. வேலு ஆசாரி, (60) பணகுடி.
14. R.S.ஜேக்கப், (95) சாந்திநகர், திருநெல்வேலி.
15. P.P. பழனி ஆசாரி, (63) பணகுடி.
16. ஜெ.இராதுரை, (70) சண்முகபுரம்.
17. த.செல்லத்தாய், (82) கண்ணநல்லூர்.
18. க.புஸ்பம், (55) கண்ணநல்லூர்.
19. சுடலைக்கண்ணு, (96) கோதைசேரி.
20. டெய்சி ராணி சுந்தர், (60) டோனாவூர்.
21. ஜெரேமியா ஆனந்தா, (55) டோனாவூர் ஐக்கியம்.
22. எசேக்கியேல் ஆனந்தா, (60) டோனாவூர் ஐக்கியம்.

புகைப்படங்கள்

இரும்பு பட்டைப் போடுதல்

மாட்டுவண்டி பந்தயம்

முழு சக்கர வடிவமைப்பு

பிரேக் வண்டி அமைப்பு

பந்தயத்திற்குப் பழக்குவித்தல்

ஆரக்கால்களை இணைத்தல்

ஆரங்களை அலகுடன் இணைத்தல்

கழிவுநீர் வண்டி

நகரத்தார் திருமண நிகழ்வுகளில் தண்ணீர் ஊற்றிக் கொண்டு வரும் அண்டாக்களைச் சுமந்துவர, குழி போன்ற அமைப்புடன் கூடிய வண்டி (நபார்ட் கண்ணப்பன், நாட்டரசன் கோட்டை).

126 / மாடும் வண்டியும்

வெற்றி பெற்ற ரேக்ளா வண்டியும் காளைகளும்

படம் 9 (A) கிறித்தவ மிஷ்னெரி ஏமிகார்மைக்கேல் பயன்படுத்திய பழமையான வண்டி (கி.பி.1930)